AF752144

ANG MAHAHALAGANG PAGKAING-DAGAT COOKBOOK PARA SA MGA NAGSIMULA

100 SARIWA AT ORIHINAL NA MGA RECIPE UPANG PAGYAMANIN ANG IYONG MGA PAGKAING-DAGAT SA BAHAY PATI NA RIN SA MGA RESTAURANT

Guillermo Saez

Lahat ng karapatan ay nakalaan.

Disclaimer

Ang impormasyong nakapaloob sa eBook na ito ay nilalayong magsilbi bilang isang komprehensibong koleksyon ng mga estratehiya na pinagsaliksik ng may-akda ng eBook na ito. Ang mga buod, diskarte, tip at trick ay rekomendasyon lamang ng may-akda, at ang pagbabasa ng eBook na ito ay hindi magagarantiya na ang mga resulta ng isang tao ay eksaktong sasalamin sa mga resulta ng may-akda. Ginawa ng may-akda ng eBook ang lahat ng makatwirang pagsisikap na magbigay ng kasalukuyan at tumpak na impormasyon para sa mga mambabasa ng eBook. Ang may-akda at mga kasama nito ay hindi mananagot para sa anumang hindi sinasadyang pagkakamali o mga pagkukulang na maaaring matagpuan. Ang materyal sa eBook ay maaaring magsama ng impormasyon ng mga third party. Ang mga materyal ng third party ay binubuo ng mga opinyon na ipinahayag ng mga may-ari ng mga ito. Dahil dito, hindi inaako ng may-akda ng eBook ang responsibilidad o pananagutan para sa anumang materyal o opinyon ng third party. Dahil man sa pag-unlad ng internet, o sa mga hindi inaasahang pagbabago sa patakaran ng kumpanya at mga alituntunin sa pagsusumite ng editoryal, kung ano ang nakasaad bilang katotohanan sa oras ng pagsulat na ito ay maaaring maging luma na o hindi na nalalapat sa ibang pagkakataon.

Ang eBook ay copyright © 2022 na ang lahat ng karapatan ay nakalaan. Ilegal ang muling pamamahagi, kopyahin, o lumikha ng hinangong gawa mula sa eBook na ito nang buo o bahagi. Walang bahagi ng ulat na ito ang maaaring kopyahin o muling ipadala sa anumang kopya o muling i-transmit sa anumang anyo kung wala ang pagsusulat na ipinahayag at nilagdaan ng pahintulot mula sa may-akda.

TALAAN NG MGA NILALAMAN

TALAAN NG MGA NILALAMAN

PANIMULA

Mayroong ilang mga bagay sa buhay na napakasarap at banal sa iyong dila bilang isang bagong luto o isang dalubhasang inihanda na lobster, hipon o plato ng tuna. Kung hindi mo pa alam ang lasa ng alimango o pagkaing-dagat na natutunaw sa iyong bibig, ang aklat na ito ay para sa iyo!

Napakaraming masasarap na paraan upang isama ang pagkaing-dagat sa iyong paghahanda sa pagkain. Ito ay isang malusog at masarap na paraan upang kumain ng walang taba, nakakabusog na protina, at isang backbone ng Mediterranean diet.

Kasama sa mga recipe sa ibaba ang salmon, hipon, scallops, octopus at Haddock. Ang bawat recipe ay medyo madaling gawin, at puno ng hindi kapani-paniwalang lasa. May kaunting bagay para sa lahat, mula sa hipon na sinangag hanggang sa pesto salmon hanggang sa perpektong seared na scallops

LOBSTER

1. Lobster Thermidor na may Newburg Sarsa

Mga sangkap

sarsa

- 3 kutsarang mantikilya
- 1 tasang clam katas
- 1/4 hanggang 1/2 tasa ng gatas
- 1/2 kutsarita ng paprika
- Kurot ng asin
- 3 kutsara ng sherry
- 2 kutsarang lahat ng layuninflour
- 4 na kutsarang light Krema

Lobster

- 5 ounces lobster meat, gupitin sa 1-inch chunks
- 1 kutsarang pinong tinadtad na pimento
- 1/2 tasa ng makapal na hiniwang mushroom
- 1 kutsarang tinadtad na chives
- Mantikilya para sa paggisa
- 1 kutsarang sherry

Newburg Sarsa

- 1/2 hanggang 1 tasa ng gadgad na Cheddar keso
- Painitin ang hurno sa 350 degrees F.

Mga direksyon

a) Matunaw ang mantikilya sa katamtamang mababang apoy. Kapag ganap na natunaw, magdagdag ng paprika at pukawin ng 2 minuto. Idagdag ang harina sa mantikilya at pukawin ng 2 hanggang 3 minuto upang maluto ang roux. Haluin palagi para hindi masunog. Idagdag ang katas ng kabibe at haluin hanggang magsimula ang pampalapot. Magdagdag ng 1/4 tasa ng gatas, light Krema at sherry. Kumulo ng 5 minuto at, kung kinakailangan, magdagdag ng natitirang 1/4 tasa ng gatas.

b) Sa katamtamang init, matunaw ang sapat na mantikilya upang bahagyang matakpan ang ilalim ng isang mabigat at malaking kawali. Ilagay ang lobster, chives, pimentos at mushroom sa kawali at haluin ng 3 hanggang 4 na minuto. Palakihin ang init sa mataas at idagdag ang sherry upang matunaw ang kawali. Mag-ingat dahil ang sherry ay maaaring mag-apoy habang ang alkohol ay nasusunog.

c) Ihalo ang 4 na onsa ng Newburg Sarsa at haluin ng 1 minuto. Ibuhos sa isang solong serving casserole at budburan ng keso. Maghurno ng humigit-kumulang 5 minuto o hanggang sa matunaw ang keso at maging bubbly.

2. Maine lobster roll

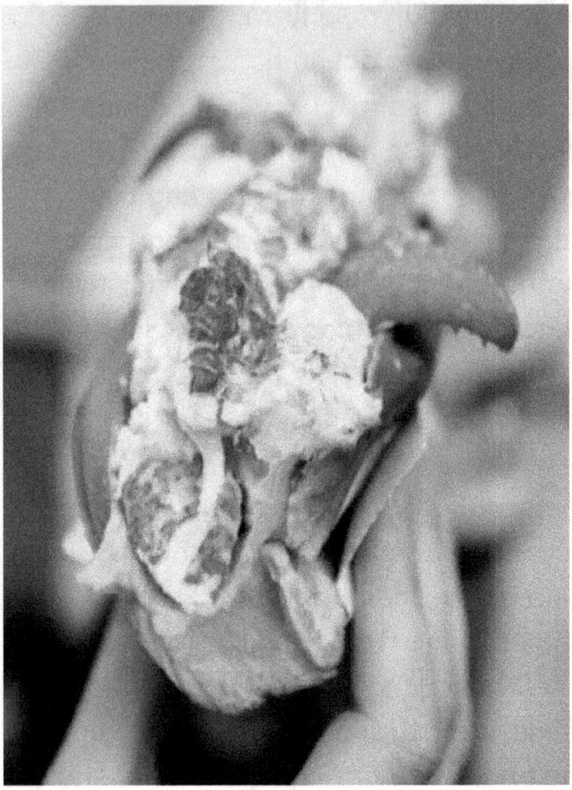

Mga sangkap

- Apat na 1- hanggang 1 1/4-pound na lobster
- 1/4 tasa plus 2 kutsarang mayonesa
- Asin at sariwang giniling na paminta
- 1/4 tasa ng pinong diced na kintsay
- 2 kutsarang sariwang lemon katas
- Kurot ng cayenne paminta
- 4 top-split hot dog buns
- 2 kutsarang unsalted mantikilya, natunaw
- 1/2 tasa ginutay-gutay na Boston lettuce

Mga direksyon

a) Maghanda ng isang malaking ice-water bath. Sa isang napakalaking palayok ng kumukulong inasnan na tubig, lutuin ang mga lobster hanggang sa maging maliwanag na pula, mga 10 minuto. Gamit ang mga sipit, isawsaw ang lobster sa ice-water bath sa loob ng 2 minuto, pagkatapos ay alisan ng tubig.

b) I-twist off ang lobster tails at claws at alisin ang karne. Alisin at itapon ang bituka na ugat na tumatakbo sa haba ng bawat buntot ng ulang. Gupitin ang lobster meat sa 1/2-inch na piraso at patuyuin, pagkatapos ay ilipat sa isang strainer set sa ibabaw ng isang mangkok at palamigin hanggang sa napakalamig, hindi bababa sa 1 oras

c) Sa isang malaking mangkok, paghaluin ang lobster meat sa mayonesa at timplahan ng asin at paminta. Tiklupin ang diced celery, lemon katas at cayenne paminta hanggang sa maghalo ng mabuti.

d) Painitin ang isang malaking kawali. I-brush ang mga gilid ng hot dog buns na may tinunaw na mantikilya at i-toast sa katamtamang init hanggang sa gintuang kayumanggi sa magkabilang panig. Ilipat ang mga hot dog buns sa mga plato, punuin ang mga ito ng ginutay-gutay na lettuce at lobster salad at ihain kaagad.

3. Pinalamanan na Lobster Thermidor

Mga sangkap

- 6 (1 pound) nakapirming lobster tails
- 10 kutsarang mantikilya, natunaw
- 1 tasang hiniwang sariwang mushroom
- 4 na kutsarang harina
- 1 kutsarita ng tuyong mustasa
- 2 gitling lupa nutmeg
- 2 gitling cayenne paminta
- 1 kutsarita ng asin
- 1 tasang gatas
- 1 tasa kalahati-at-kalahati
- 2 itlog yolks, bahagyang pinalo
- 1 kutsarita ng lemon katas
- 2 kutsarang sherry wine
- 1/2 tasa ng pinong mumo ng tinapay
- 2 kutsarang gadgad na Parmesan keso

Mga direksyon

a) Painitin ang hurno sa 450 degrees F.
b) Ilagay ang mga buntot ng lobster sa malaking palayok ng tubig na kumukulo at takpan. Magluto hanggang malambot, mga 20 minuto; alisan ng tubig.
c) Gupitin ang bawat buntot sa kalahating pahaba at hiwain ang karne ng ulang. Itabi ang mga walang laman na lobster tail.
d) Ibuhos ang 1/4 tasa ng mantikilya sa kasirola; magdagdag ng mushroom at igisa hanggang sa bahagyang magkulay. Haluin sa harina at ihalo sa mga pampalasa. Magdagdag ng gatas at kalahati-at-kalahati nang unti-unti sa pinaghalong, patuloy na pagpapakilos hanggang sa makapal. Magdagdag ng maliit na halaga ng mainit na timpla sa mga yolks ng itlog, patuloy na pagpapakilos; pagkatapos ay ibalik ang pinaghalong pula ng itlog sa sarsa ng Krema, muling hinahalo at lutuin hanggang lumapot. Ihalo ang lemon katas, sherry at lobster meat; kutsara sa mga shell ng ulang. Pagsamahin ang mga mumo ng tinapay, Parmesan keso at natitirang mantikilya; iwiwisik ang pinalamanan na mga buntot ng ulang. Ilagay sa cookie sheet at maghurno sa 400 degrees F sa loob ng 15 minuto.

Nagsisilbi 6.

4. Lobster na may Vanilla

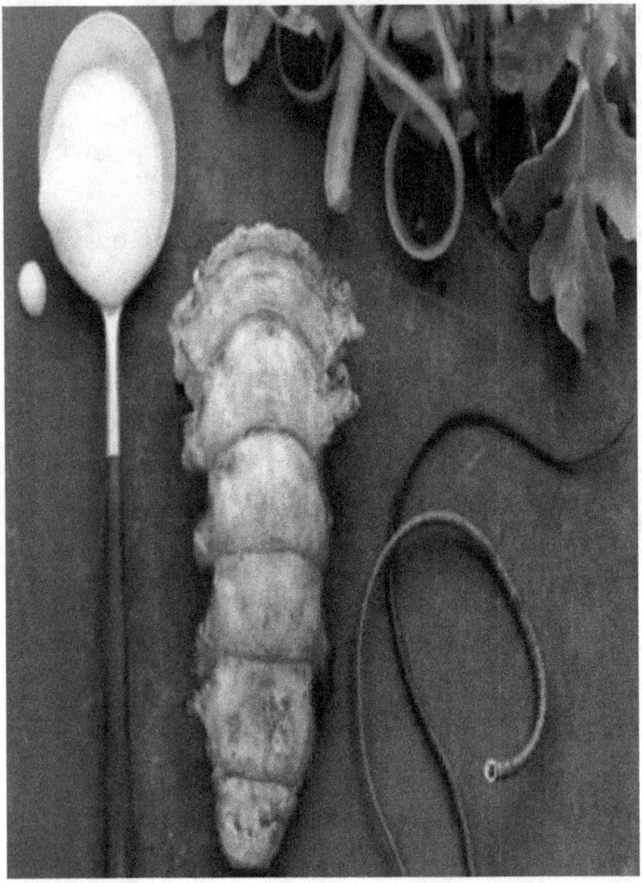

Mga sangkap

- Live 1 1/2 pound lobster bawat tao
- 1 sibuyas
- 1 clove ng bawang
- Mga kamatis, binalatan at pinong tinadtad
- Isang maliit na alak o stock ng isda
- mantikilya
- Sherry
- Vanilla extract
- Cayenne paminta

Mga direksyon

a) Hatiin ang lobster sa kalahati. Basagin ang mga kuko at gupitin ang buntot sa mga kasukasuan. Matunaw ang isang knob ng mantikilya sa isang mabigat na kawali, iprito ang sibuyas at bawang nang malumanay. Idagdag ang mga piraso ng lobster at lutuin hanggang sa mamula, bago ilagay sa mainit na lugar.

b) Ngayon painitin ang apoy at idagdag ang natitirang sangkap, maliban sa vanilla, mantikilya at cayenne. Bawasan ang mga kamatis hanggang sa maging bumubulusok na putik ang mga ito, pagkatapos ay hinaan ang apoy at idagdag ang mantikilya sa mga piraso at haluin upang hindi mahiwalay ang sarsa.

c) Sa wakas, magdagdag ng kalahating kutsarita ng vanilla at isang shake ng cayenne. Ibuhos ang sarsa sa lobster at ihain kasama ng kanin.

HIPON

5. Maanghang na inihaw na hipon

Nagsisilbi 6

Mga sangkap

- 1/3 tasa ng langis ng oliba
- 1/4 tasa ng sesame langis
- 1/4 tasa sariwang perehil-tinadtad
- 3 Kutsarang Maanghang Chipotle BBQ Sarsa
- 1 kutsarang tinadtad na bawang
- 1 kutsarang Asian Chile Sarsa 1 kutsarita ng asin
- 1 kutsarita ng itim na paminta
- 3 kutsarang lemon katas
- 2 lbs. malaking hipon, binalatan at tinanggalan ng ugat
- 12 kahoy na skewer, ibinabad sa tubig
- Nagpapahid

Nagsisilbi 6

Mga sangkap

- 1/3 tasa ng langis ng oliba
- 1/4 tasa ng sesame langis
- 1/4 tasa sariwang perehil-tinadtad
- 3 Kutsarang Maanghang Chipotle BBQ Sarsa
- 1 kutsarang tinadtad na bawang
- 1 kutsarang Asian Chile Sarsa 1 kutsarita ng asin
- 1 kutsarita ng itim na paminta
- 3 kutsarang lemon katas
- 2 lbs. malaking hipon, binalatan at tinanggalan ng ugat
- 12 kahoy na skewer, ibinabad sa tubig
- Nagpapahid

5. Maanghang na inihaw na hipon

Mga direksyon

a) Pagsamahin ang olive langis, sesame langis, perehil, Maanghang Chipotle BBQ Sarsa, tinadtad na bawang, Chile sarsa, asin, paminta, at lemon katas sa isang mixing bowl. Itabi ang humigit-kumulang 1/3 ng marinade na ito upang gamitin habang iniihaw.

b) Ilagay ang hipon sa isang malaking, re-sealable na plastic bag. Ibuhos ang natitirang marinade at i-seal ang bag. Palamigin ng 2 oras. Painitin ang Ayos yan® Grill para sa mataas na init. I-thread ang hipon sa mga skewer, butas nang isang beses malapit sa buntot at isang beses malapit sa ulo. Itapon ang marinade.

c) Banayad na langis grill grate. Magluto ng hipon ng 2 minuto bawat panig hanggang sa malabo, madalas na i-basting gamit ang nakareserbang marinade

6. Inihaw na Ang Kaniyang Higaan Hipon

Nagsisilbi 4

Mga sangkap

- 2 lbs. binalatan at deveined jumbo Hipon $\frac{3}{4}$ cup olive langis
- 2 kutsarang sariwang kinatas na lemon katas 2 tasang tinadtad na sariwang basil
- 2 sibuyas ng bawang, durog
- 1 kutsarang tinadtad na perehil 1 kutsarita ng asin
- $\frac{1}{2}$ kutsarita ng oregano
- $\frac{1}{2}$ kutsarita ng sariwang giniling na itim na paminta

Mga direksyon

a) Maglagay ng hipon sa isang layer sa isang mababaw na baso o ceramic dish.
b) Sa isang food processor, ihalo ang langis ng oliba sa lemon katas.
c) Takpan at palamigin ng 2 oras. Haluin ang hipon 4 hanggang 5 beses sa panahon ng pag-atsara.
d) Ihanda ang grill.
e) Banayad na langis ang grilling rack.
f) Ilagay ang hipon sa may langis na rack (maaaring skewer kung gusto) sa ibabaw ng mainit na uling at ihaw ng 3 hanggang 5 minuto sa bawat panig hanggang bahagyang masunog at maluto. Huwag masyadong magluto.
g) Ihain kaagad.

7. Hipon at brochette

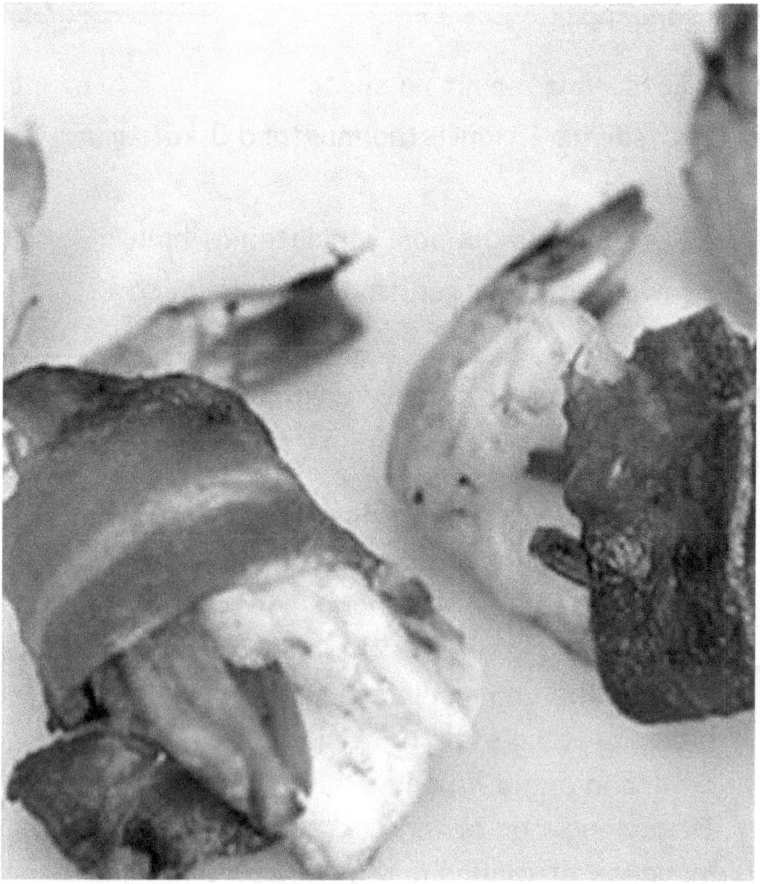

Naghahain ng 4 (mga bahagi ng pampagana)

Mga sangkap

- $\frac{1}{2}$ kutsarang mainit na sarsa
- 1 kutsarang Dijon-istilo mustard 3 kutsarang serbesa
- $\frac{1}{2}$ libra malaking hipon, binalatan at hiniwa
- 3 hiwa ng tusino, gupitin nang pahaba sa 12 piraso
- 2 kutsarang light kayumanggi sugar

Mga direksyon

a) Pagsamahin ang mainit na sarsa, mustasa at serbesa sa paghahalo ng mangkok.

b) Idagdag ang hipon at ihagis para pantay-pantay. Palamigin nang hindi bababa sa 2 oras. Patuyuin at ireserba ang marinade. Balutin ang bawat hipon ng isang strip ng tusino.

c) I-thread ang 3 hipon sa 4 na double skewer. Ilagay ang mga brochette sa isang mababaw na mangkok at ibuhos ang nakareserbang marinade. Budburan ng asukal ang hipon. Palamigin nang hindi bababa sa 1 oras

d) Maghanda ng Ayos yan Grill. Ilagay ang mga brochette sa grill, ibuhos ang marinade sa kanila, at isara ang takip. Magluto ng 4 na minuto, pagkatapos ay ibalik ang mga ito, isara ang takip at magluto ng 4 na minuto.

e) Ihain kaagad

8. Mga pakete ng hipon

Mga sangkap

- 4 lbs. Malaking Hipon
- 1 tasang mantikilya o margarin
- 1 Malaking Clove na Bawang, tinadtad
- 1/2 kutsarita ng itim na paminta
- 1 kutsarita ng asin
- 1 tasa ng perehil, tinadtad

Mga direksyon

a) Balatan at linisin ang hipon

b) Krema mantikilya; idagdag ang natitirang mga sangkap sa mantikilya at ihalo nang mabuti. Gupitin ang 6 (9-pulgada) na piraso ng heavy duty aluminum flangis. Pagkatapos ay gupitin ang bawat strip sa kalahati. Hatiin nang pantay ang hipon sa bawat piraso ng flangis. Itaas ang bawat isa ng 1/12th ng pinaghalong mantikilya, dalhin ang flangis sa paligid ng hipon; i-twist nang mahigpit para ma-seal. Ilagay ang mga pakete ng hipon sa mga baga. Magluto ng 5 minuto.

Gumagawa ng 12 packet

9. Basil hipon

Mga sangkap

- 2 1/2 kutsarang langis ng oliba
- 1/4 tasa ng mantikilya, natunaw
- 1/2 lemon, tinadtad
- tablespoons magaspang grained inihanda mustasa
- onsa tinadtad na sariwang basil
- cloves ng bawang, tinadtad
- asin sa panlasa
- 1 kurot puting paminta
- 3 pounds sariwang hipon, binalatan at deveined

Mga direksyon

a) Sa isang mababaw, hindi buhaghag na pinggan o mangkok, paghaluin ang langis ng oliba at tinunaw na mantikilya. Pagkatapos ay haluin ang lemon katas, mustard, basil at bawang, at timplahan ng asin at puting paminta. Magdagdag ng hipon, at ihagis sa amerikana. Takpan, at ilagay sa refrigerator o malamiger sa loob ng 1 oras. Painitin muna ang grill sa mataas na init.

b) Alisin ang hipon sa marinade, at i-thread sa mga skewer. Banayad na lagyan ng langis, at ayusin ang mga skewer sa grill. Magluto ng 4 na minuto, paikutin nang isang beses, hanggang sa maluto.

10. Inihaw na hipon na nakabalot sa tusino

Mga sangkap

- 1 lb. malaking hipon
- hiwa ng tusino, gupitin sa 1/2
- paminta jack keso

Mga direksyon

a) Hugasan, shell, at devein Hipon. Hatiin ang likod ng bawat hipon. Maglagay ng maliit na hiwa ng keso sa hiwa at balutin ng isang piraso ng tusino. Gumamit ng toothpick para magkadikit.

b) Magluto sa grill hanggang sa bahagyang malutong ang tusino. Ito ay masarap at madali!

11. Inihaw na hipon

Mga sangkap

- 1 libra na katamtamang laki ng hipon
- 3-4 na kutsara ng langis ng oliba
- 2 kutsarang "Luma Bay pampalasa"

Mga direksyon

a) Balatan at i-devein ang hipon, iiwan sa mga buntot. Ilagay ang lahat ng sangkap sa isang zip lock bag at iling mabuti. Maaari itong mag-marinade ng 5 minuto o ilang oras.

b) Ilagay ang hipon sa isang "grill pan" (na may mga butas upang ang hipon ay hindi mahulog sa pagitan ng mga grates sa grill) at mag-ihaw ng medium high sa loob ng ilang minuto. Sobrang maanghang

Nagsisilbi 2

12. Alabama Hipon Bake

Mga sangkap

- 1 tasang mantikilya o margarin, natunaw
- 3/4 tasa ng lemon katas
- 3/4 tasa ng Worcestershire sarsa
- 1 kutsarang asin
- 1 kutsarang coarsely ground paminta
- 1 kutsarita ng tuyo na rosemary
- 1/8 kutsarita ng giniling na pulang paminta
- 1 kutsarang mainit na sarsa
- 3 sibuyas ng bawang, tinadtad
- 2 1/2 pounds na malaki o jumbo na hipon na hindi binalatan
- 2 lemon, hiniwa ng manipis
- 1 katamtamang sibuyas, hiniwa ng manipis
- Mga sariwang sanga ng rosemary

Mga direksyon

a) Pagsamahin ang unang 9 na sangkap sa isang maliit na mangkok; itabi.

b) Banlawan ang hipon ng malamig na tubig; alisan ng tubig ng mabuti. Ipatong ang hipon, mga hiwa ng lemon, at mga hiwa ng sibuyas sa isang walang basa na 13 x 9 x 2-inch na baking dish. Ibuhos ang pinaghalong mantikilya sa hipon. Maghurno nang walang takip, sa 400 degrees F sa loob ng 20 hanggang 25 minuto o hanggang ang hipon ay maging kulay-rosas, paminsan-minsan ay basting ng pan katas. Palamutihan ng sariwang rosemary sprigs.

13. Halos Hipon Paesano

Mga sangkap

- hipon
- 1 itlog
- 1 tasang gatas
- Asin at paminta para lumasa
- 1 libra na sobrang-malaking hipon, binalatan at hinihimas, naiwan ang mga buntot
- 1/2 tasa ng lahat ng layuninna harina
- Mantika

Mga direksyon

a) Sa isang mababaw na mangkok, pagsamahin ang mga itlog, gatas, asin at paminta. Isawsaw ang hipon sa timpla, pagkatapos ay isawsaw ng bahagya sa harina.

b) Mag-init ng mantika sa isang kawali hanggang mainit, at pagkatapos ay magdagdag ng hipon 4 hanggang 6 sa isang pagkakataon, siguraduhin na ang hipon ay may maraming silid upang lutuin. (Mahalaga na ang hipon ay hindi malapit sa isa't isa o magkadikit.) I-kayumanggi ang mga ito sa isang gilid, pagkatapos ay paikutin at i-kayumanggi ang mga ito sa kabila. Magluto hanggang matapos, o ilagay sa isang baking sheet sa isang preheated 350 degrees F oven upang matapos ang pagluluto. Samantala, maghanda ng sarsa.

14. Sitaw at Hipon Risotto

Mga sangkap

- 1 $\frac{1}{2}$ tasang sibuyas, tinadtad
- 1 lb. binalatan, deveined na hipon
- 4 cloves na bawang, tinadtad
- 1 tasang snap peas
- 1 TBS langis ng oliba
- 1 lata ng kidney sitaws o $\frac{1}{2}$ tasang niluto
- 3 hanggang 4oz. mushroom, hiniwa
- dry-package na kidney sitaws, binanlawan,
- 1 $\frac{1}{2}$ tasang Arborio kanin, pinatuyo
- 3 lata na walang taba na nabawasang-sodium sabaw ng manok
- 1 katamtamang kamatis, tinadtad
- tasa ng Parmesan o Asiago keso
- Asin at paminta para lumasa

Mga direksyon

a) Igisa ang sibuyas, bawang, at mushroom sa mantika sa malaking kasirola hanggang lumambot, 5 hanggang 8 Minuto.
b) Haluin ang bigas at lutuin ng 2 hanggang 3 Minuto.
c) Init ang sabaw hanggang kumukulo sa katamtamang kasirola; bawasan ang init sa mababang. Magdagdag ng 1 tasang sabaw sa kanin at lutuin, patuloy na pagpapakilos, hanggang sa masipsip ang sabaw, 1 hanggang 2 Minuto. Dahan-dahang magdagdag ng 2 tasa ng sabaw at kumulo, pagpapakilos, hanggang sa masipsip ang sabaw.
d) Magdagdag ng hipon, snap peas at natitirang sabaw sa kasirola. Lutuin, hinahalo nang madalas, hanggang sa lumambot lang ang bigas at masipsip ang likido, 5 hanggang 10 Minuto.
e) Magdagdag ng sitaws at kamatis; magluto ng 2 hanggang 3 minuto. Gumalaw sa keso; timplahan ng asin at paminta ayon sa panlasa.

15. Serbesa-Binighipon

Mga sangkap

- 3/4 tasa ng Serbesa
- 3 kutsarang langis ng gulay
- 2 kutsarang hiniwang perehil
- 4 kutsarita ng Worcestershire sarsa
- 1 sibuyas na bawang, tinadtad
- 1/2 kutsarita ng asin
- 1/8 kutsarita ng paminta
- 2 pounds na malalaking hipon, hindi tinatablan

Mga direksyon

a) Pagsamahin ang langis, perehil, sarsa ng Worcestershire, bawang, asin at paminta. Magdagdag ng hipon; gumalaw. Takpan; hayaang tumayo sa temperatura ng silid ng 1 oras.

b) Patuyuin, magreserba ng marinade. Ilagay ang hipon sa well-greased brlangiser rack; magprito ng 4 hanggang 5 pulgada mula sa init sa loob ng 4 na minuto. Lumiko; brush na may marinade. Iprito ng 2 hanggang 4 na minuto pa o hanggang sa maliwanag na kulay rosas.

Gumagawa ng 6 na servings

16. Pinakuluang Hipon sa Gulpo

Mga sangkap

- 1 galon na tubig
- 3 onsa na karne ng alimango
- 2 lemon, hiniwa
- 6 na paminta
- 2 dahon ng bay
- 5 pounds raw hipon sa shell

Mga direksyon

a) Pakuluan ang tubig na tinimplahan ng crab blangis, lemons, pamintacorns at bay leaves. Ihulog ang hipon.

b) Kapag kumulo ang tubig, lutuin ang jumbo o malaking hipon sa loob ng 12 hanggang 13 minuto at katamtamang hipon sa loob ng 7 hanggang 8 minuto. Alisin mula sa init at magdagdag ng 1 quart ice water. Hayaang umupo ng 10 minuto. Alisan ng tubig.

17. Rémoulade Sarsa

Mga sangkap

- 1/2 kutsarang Creole mustard o higit pa
- 2 kutsarang gadgad na sibuyas
- 1 pint na mayonesa
- 1/4 tasa ng malunggay o higit pa
- 1/2 tasa tinadtad na chives
- 1/4 kutsarita ng asin
- 1 kutsarang lemon katas
- 1/4 kutsarita ng paminta

Mga direksyon

a) Paghaluin ang lahat ng sangkap. Ihain sa malamig na pinakuluang hipon para sa hipon rémoulade main course o gamitin bilang sawsaw para sa pinakuluang hipon. Pinakamainam ang sarsa pagkatapos ng 24 na oras.

b) Gumagawa ng 2 1/4 tasa ng sarsa.

18. California Scampi

Mga sangkap

- 1 pound mantikilya, nilinaw
- 1 kutsarang tinadtad na bawang
- 1 kutsarita ng asin
- 1 kutsarita ng paminta
- 1 1/2 pounds na malalaking hipon, may kabibi at na-de-vein

Mga direksyon

a) Init ang 3 kutsara ng clarified mantikilya sa isang malaking kawali. Magdagdag ng bawang at igisa. Magdagdag ng asin at paminta at ang hipon, na maaaring mantikilyaflied, kung ninanais. Igisa hanggang magbago ang kulay at lumambot ang hipon. Magdagdag ng natitirang mantikilya at init. Ilagay ang hipon sa mga plato at lagyan ng mainit na mantikilya.

b) Gumagawa ng 4 hanggang 6 na servings

19. Champagne Hipon at Pasta

Mga sangkap

- 8 ounces angel hair pasta
- 1 kutsarang extra-virgin olive langis
- 1 tasang hiniwang sariwang mushroom
- 1 pound medium hipon, binalatan at deveined
- 1-1/2 tasa ng champagne
- 1/4 kutsarita ng asin
- 2 kutsarang tinadtad na shallots
- 2 plum tomatoes, diced
- 1 tasang mabigat na Krema
- Asin at paminta para lumasa
- 3 kutsarang tinadtad na sariwang perehil
- sariwang gadgad na keso ng Parmesan

Mga direksyon

a) Pakuluan ang isang malaking palayok ng bahagyang inasnan na tubig. Magluto ng pasta sa kumukulong tubig sa loob ng 6 hanggang 8 minuto o hanggang al dente; alisan ng tubig. Samantala, mag-init ng mantika sa katamtamang init sa isang malaking kawali. Lutuin at pukawin ang mga mushroom sa mantika hanggang malambot. Alisin ang mga mushroom mula sa kawali, at itabi.

b) Pagsamahin ang hipon, champagne, at asin sa kawali, at lutuin sa sobrang init. Kapag nagsimulang kumulo ang likido, alisin ang hipon sa kawali. Magdagdag ng mga shallots at mga kamatis sa champagne; pakuluan hanggang ang likido ay nabawasan sa 1/2 tasa, mga 8 minuto. Gumalaw sa 3/4 tasa ng Krema; pakuluan hanggang medyo makapal, mga 1 hanggang 2 minuto. Magdagdag ng hipon at mushroom sa sarsa, at init.

c) Ayusin ang mga pampalasa sa panlasa. Ihagis ang mainit, nilutong pasta na may natitirang 1/4 cup Krema at perehil. Upang ihain, kutsara ang hipon na may sarsa sa ibabaw ng pasta, at itaas na may Parmesan keso.

20. Niyog Hipon na may Jalapeño Halaya

Mga sangkap

- 3 tasang hinimay na niyog
- 12 (16–20 o 26–30) hipon, binalatan at hiniwa
- 1 tasang harina
- 2 itlog, pinalo
- Mantika

Mga direksyon

a) Banayad na i-toast ang niyog sa isang cookie sheet sa 350 degrees F oven sa loob ng 8 hanggang 10 minuto.

b) Paruparo ang bawat hipon sa pamamagitan ng paghahati nang pahaba pababa sa gitna, pinutol ang tatlong–ikaapat na bahagi ng daan. I-dredge ang hipon sa harina at pagkatapos ay isawsaw sa itlog. Pindutin ang ginutay-gutay na niyog sa hipon at pagkatapos ay iprito sa 350 degrees F vegetable langis hanggang sa ginintuang kayumanggi.

c) Ihain kasama ang Jalapeño Halaya.

21. Niyog Tempura Hipon

Mga sangkap

- 2/3 tasa ng harina
- 1/2 tasa ng gawgaw
- 1 malaking itlog, pinalo
- 1 tasang gadgad na sariwang niyog
- 1 tasang ice-malamig soda water
- asin
- 1 libra na malalaking hipon, binalatan, hiniwa, at nakabuntot
- Creole na pampalasa
- 1 garapon ng mango chutney
- 1 plantain
- 1 kutsarang cilantro, pinong tinadtad

Mga direksyon

a) Painitin muna ang perehiler.

b) Sa isang medium-size na mixing bowl, pagsamahin ang harina, gawgaw, itlog, niyog, at tubig ng soda. Haluing mabuti para maging makinis ang batter. Timplahan ng asin. Timplahan ng Creole seasoning ang hipon. Hawakan ang buntot ng hipon, isawsaw sa batter, lagyan ng ganap at ipagpag ang labis. Iprito ang hipon sa mga batch hanggang sa ginintuang kayumanggi, mga 4 hanggang 6 na minuto. Alisin at alisan ng tubig sa mga tuwalya ng papel. Timplahan ng Creole seasoning.

c) Balatan ang mga plantain. Hiwain ang mga plantain nang manipis, pahaba. Iprito ang mga ito hanggang sa ginintuang kayumanggi. Alisin at alisan ng tubig sa mga tuwalya ng papel. Timplahan ng Creole seasoning.

d) Maglagay ng mango chutney sa gitna ng bawat plato. Ilagay ang hipon sa paligid ng chutney. Palamutihan ng pritong plantain at cilantro.

22. Cornsicle na may Hipon at Oregano

Mga sangkap

- 6 tainga ng mais
- 1 kutsarita ng asin
- 1/4 kutsarita puting paminta
- 1 kutsarang tinadtad na sariwang Mexican oregano o
- 1 kutsarita pinatuyong Mexican oregano
- 12 katamtamang hipon
- 24 popsicle sticks

Mga direksyon

a) Balatan, devein at hiwain ang hipon. Gupitin ang mais at alisin ang mga balat at sutla. I-save at hugasan ang mas malalaking husks. Gupitin ang butil ng mais mula sa pumalo, i-scrape ang gatas hangga't maaari. Gilingin ang mga butil gamit ang isang gilingan ng karne na may matalim na talim. Ilagay ang asin, puting paminta, oregano at hipon. Haluing mabuti.
b) Painitin ang hurno sa 325 degrees F.
c) Maglagay ng isang kutsara ng pinaghalong mais sa gitna ng malinis na balat. Tiklupin ang kaliwang bahagi ng balat sa gitna, pagkatapos ay sa kanan, at pagkatapos ay tiklupin ang dulo sa ibaba pataas. Itulak ang isang Popsicle stick na 2 hanggang 3 pulgada sa bukas na dulo at kurutin ang balat sa paligid ng stick gamit ang iyong mga daliri. Punit ng manipis na strand mula sa tuyong balat at itali ito sa cornsicle. Ilagay ang mga roll, sticks sa hangin at napakalapit, sa isang glass baking dish o loaf pan. Maghurno ng 30 minuto, hanggang sa maging matatag at solid ang pinaghalong mais.
d) Upang kumain ng cornsicle, balatan ang balat ng mais at kainin ito ng mainit mula sa stick, tulad ng gagawin mo sa isang Popsicle.

23. Krema na Pesto Hipon

Mga sangkap

- 1 pound linguine pasta
- 1/2 tasa ng mantikilya
- 2 tasang mabigat na Krema
- 1/2 kutsarita ng ground itim paminta
- 1 tasang gadgad na Parmesan keso
- 1/3 tasa ng pesto
- 1 libra malaking hipon, binalatan at hiniwa

Mga direksyon

Pakuluan ang isang malaking palayok ng bahagyang inasnan na tubig. Magdagdag ng linguine pasta, at magluto ng 8 hanggang 10 minuto, o hanggang al dente; alisan ng tubig. Sa isang malaking kawali, matunaw

ang mantikilya sa katamtamang init. Haluin ang Krema, at timplahan ng paminta. Magluto ng 6 hanggang 8 minuto, patuloy na pagpapakilos. Paghaluin ang keso ng Parmesan sa sarsa ng Krema, pagpapakilos hanggang sa lubusang halo-halong. Haluin ang pesto, at lutuin ng 3 hanggang 5 minuto, hanggang lumapot. Haluin ang hipon, at lutuin hanggang sila ay maging pink, mga 5 minuto. Ihain sa mainit na linguine.

24. Delta Hipon

Mga sangkap

- 2 litrong tubig
- 1/2 malaking lemon, hiniwa
- 2 1/2 pounds na hindi binalatan ng malalaking sariwang hipon
- 1 tasa ng langis ng gulay
- 2 kutsarang mainit na sarsa
- 1 1/2 kutsarita ng langis ng oliba
- 1 1/2 kutsarita ng tinadtad na bawang
- 1 kutsarita tinadtad na sariwang perehil
- 3/4 kutsarita ng asin
- 3/4 kutsarita ng Luma Bay pampalasa
- 3/4 kutsarita tuyo buong basil
- 3/4 kutsarita pinatuyong buong oregano
- 3/4 kutsarita pinatuyong buong thyme
- Leaf lettuce

Mga direksyon

a) Dalhin ang tubig at lemon sa isang pigsa; magdagdag ng hipon at lutuin ng 3 hanggang 5 minuto. Patuyuin ng mabuti; banlawan ng malamig na tubig. Balatan at alisin ang hipon, iwang buo ang mga buntot. Ilagay ang hipon sa isang malaking mangkok.

b) Pagsamahin ang langis at susunod na 9 na sangkap; haluin gamit ang wire whisk. Ibuhos sa hipon. Ihagis para mabalot ang hipon.

25. Kremaed na Hipon

Mga sangkap

- 3 lata na Krema ng Hipon soup
- 1 1/2 kutsarita ng curry powder
- 3 tasa ng kulay-gatas
- 1 1/2 pounds na hipon, niluto at binalatan

Mga direksyon

a) Pagsamahin ang lahat ng sangkap at init sa ibabaw ng double blangiser.

b) Ihain sa ibabaw ng kanin o sa mga patty shell.

26. Mga Kano ng Talong

Mga sangkap

- 4 medium na talong
- 1 tasang sibuyas, tinadtad
- 1 tasa berdeng sibuyas, tinadtad
- 4 cloves bawang, tinadtad
- 1 tasa ng bell paminta, tinadtad
- 1/2 tasa ng kintsay, tinadtad
- 2 dahon ng bay
- 1 kutsarita thyme
- 4 kutsarita ng asin
- 1 kutsarita ng itim na paminta
- 4 na kutsarang mantika ng tusino
- 1 1/2 pounds raw hipon, binalatan
- 1/2 tasa (1 stick) mantikilya
- 1 kutsarang Worcestershire sarsa
- 1 kutsarita ng Louisiana hot sarsa
- 1 tasa ng napapanahong Italian bread crumbs
- 2 itlog, pinalo
- 1/2 tasa ng perehil, tinadtad
- 1 pound lump crabmeat
- 3 kutsarang lemon katas
- 8 kutsarang Romano keso, gadgad
- 1 tasang matalim na Cheddar keso, gadgad

Mga direksyon

a) Gupitin ang mga talong sa kalahating pahaba at pakuluan sa inasnan na tubig ng mga 10 minuto o hanggang lumambot. I-scoop out ang loob at gupitin ng pino. Ilagay ang mga shell ng talong sa isang mababaw na baking dish. Igisa ang mga sibuyas, berdeng sibuyas, bawang, kampanilya, kintsay, dahon ng bay, thyme, asin at paminta sa mantika ng tusino sa loob ng mga 15 hanggang 20 minuto. Magdagdag ng tinadtad na talong at lutuin na may takip ng halos 30 minuto.

b) Sa isang hiwalay na kawali, igisa ang hipon sa mantikilya hanggang sa maging kulay rosas, mga 2 minuto, pagkatapos ay idagdag sa pinaghalong talong. Magdagdag ng Worcestershire sarsa, mainit na sarsa, mumo ng tinapay at itlog sa pinaghalong talong. Haluin ang perehil at lemon katas. Magdagdag ng keso. Dahan-dahang tiklupin ang karne ng alimango. Punan ang mga shell ng talong ng halo. Maghurno nang walang takip sa 350 degrees F hanggang mainit at kayumanggied, mga 30 minuto.

Nagbubunga ng 8 servings

27. Bawang Hipon

Mga sangkap

- 2 kutsarang langis ng oliba
- 4 cloves na bawang, hiniwa ng manipis
- 1 kutsarang durog na pulang paminta
- 1 libra na hipon
- Asin at paminta para lumasa

Mga direksyon

a) Init ang langis ng oliba sa isang kawali sa katamtamang init. Idagdag ang bawang at pulang paminta. Igisa hanggang sa maging kayumanggi ang bawang, haluin ng madalas para masigurong hindi masusunog ang bawang.

b) Ihagis ang hipon sa mantika (mag-ingat na ang mantika ay hindi tumalsik sa iyo). Magluto ng 2 minuto sa bawat panig, hanggang sa kulay-rosas.

c) Idagdag ang asin at paminta. Magluto ng isa pang minuto bago alisin sa apoy. Ihain kasama ng mga hiwa ng baguette (istilo tapas) o may pasta.

d) Kung naghahagis ka ng pasta: Magsimula sa isang malaking kasirola. Magluto ng hipon gaya ng itinuro, habang gumagawa ng pasta sa isang hiwalay na kaldero (malamang sisimulan mo ang pasta bago ang hipon, dahil ang hipon ay tumatagal lamang ng 5-7 minuto). Habang pinatuyo ang pasta, magreserba ng ilan sa tubig ng pasta.

e) Kapag natapos na ang hipon, ibuhos ang nilutong pasta sa kasirola na may hipon at ihalo nang mabuti, pahiran ang pasta ng bawang at pulang paminta-infused langis. Magdagdag ng nakareserbang tubig ng pasta, sa mga pagtaas ng kutsara, kung kinakailangan.

f) Itaas na may tinadtad na perehil.

28. Inihaw na Adobong Hipon

Mga sangkap

- 1 tasa ng langis ng oliba
- 1/4 tasa tinadtad na sariwang perehil
- 1 lemon, tinadtad
- 2 kutsarang mainit na sarsa ng paminta
- 3 cloves ng bawang, tinadtad
- 1 kutsarang tomato paste
- 2 kutsarita ng tuyo na oregano
- 1 kutsarita ng asin
- 1 kutsarita ng ground itim paminta
- 2 pounds na malalaking hipon, binalatan at nilagyan ng mga buntot na nakakabit
- Mga tuhog

Mga direksyon

a) Sa isang mangkok ng paghahalo, paghaluin ang langis ng oliba, perehil, lemon katas, mainit na sarsa, bawang, tomato paste, oregano, asin, at itim na paminta. Magreserba ng kaunting halaga para sa basting mamaya. Ibuhos ang natitirang marinade sa isang malaking resealable na plastic bag na may hipon. I-seal, at i-marinate sa refrigerator sa loob ng 2 oras.

b) Painitin muna ang grill para sa medium-low heat. I-thread ang hipon sa mga skewer, butas nang isang beses malapit sa buntot at isang beses malapit sa ulo. Itapon ang marinade.

c) Banayad na langis grill grate. Magluto ng hipon sa loob ng 5 minuto bawat gilid, o hanggang sa malabo, madalas na i-basting gamit ang nakareserbang marinade.

29. Texas Hipon

Mga sangkap

- 1/4 tasa ng langis ng gulay
- 1/4 tasa ng tequila
- 1/4 tasa ng pulang alak vinegar
- 2 kutsarang Mexican lime katas
- 1 kutsarang giniling na pulang sili
- 1/2 kutsarita ng asin
- 2 cloves na bawang, pinong tinadtad
- 1 pulang kampanilya paminta, pinong tinadtad
- 24 malalaking hipon, binalatan at pinutol ang ugat

Mga direksyon

a) Paghaluin ang lahat ng sangkap maliban sa hipon sa mababaw na baso o plastic na pinggan. Haluin ang hipon. Takpan at palamigin ng 1 oras.

b) Alisin ang hipon sa marinade, magreserba ng marinade. I-thread ang 4 na hipon sa bawat isa sa anim na (8–inch) metal skewer. Mag-ihaw sa katamtamang uling, paikutin nang isang beses, hanggang kulay rosas, 2 hanggang 3 minuto sa bawat panig.

c) Init ang marinade hanggang kumukulo sa isang nonreactive na kasirola. Bawasan ang init sa mababang. Pakuluan nang walang takip hanggang lumambot ang kampanilya, mga 5 minuto. Ihain kasama ng hipon.

30. Hawaiian Hipon Skewers

Mga sangkap

- 1/2 pound Hipon, binalatan, deveined at hilaw 1/2 pound bay o sea scallops 1 lata pinya chunks sa katas
- 1 berdeng paminta, gupitin sa wedges
- mga hiwa ng tusino

sarsa:

- 6 ounces barbecue sarsa
- 16 ounces salsa
- 2 kutsarang pineapple katas
- 2 kutsarang puting alak

Mga direksyon

a) Haluin ang mga sangkap ng sarsa hanggang sa maging pantay. Tuhog na mga tipak ng pinya, hipon, scallops, bell paminta wedges, at hiwa ng tusino na nakatiklop.

b) I-baste ang skewer nang pantay-pantay sa bawat panig at ihaw. Lutuin hanggang sa maging kulay pink ang hipon. Ihain kasama ng kanin.

31. Matamis-Thyme Ihaw Hipon

Mga sangkap

- Inihaw Bawang Marinade
- 2 pounds sariwa o frozen hilaw na malalaking hipon sa mga shell
- 1 medium red bell paminta, gupitin sa 1-inch squares at blanched
- 1 medium yellow bell paminta, gupitin sa 1-inch squares at blanched
- 1 katamtamang pulang sibuyas, gupitin sa apat na bahagi at pinaghiwa-hiwalay

Mga direksyon

a) Maghanda ng Inihaw Bawang Marinade

b) Balatan ang hipon. (Kung ang hipon ay nagyelo, huwag lasawin; balatan sa malamig na tubig.) Gumawa ng isang mababaw na hiwa nang pahaba sa likod ng bawat hipon; maghugas ng ugat.

c) Ibuhos ang 1/2 tasa ng marinade sa maliit na resealable plastic bag; seal bag at palamigin hanggang sa paghahatid. Ibuhos ang natitirang marinade sa malaking resealable plastic bag. Magdagdag ng hipon, kampanilya at sibuyas, i-coat na may marinade. I-seal ang bag at palamigin ng hindi bababa sa 2 oras ngunit hindi hihigit sa 24 na oras.

d) Brush grill rack na may vegetable langis. Painitin ang mga uling o gas grill para sa direktang init. Alisin ang hipon at gulay sa marinade; alisan ng tubig ng mabuti. Itapon ang marinade. Paghali-halilihin ang hipon at gulay sa bawat anim na 15–inch na metal skewer, na nag-iiwan ng espasyo sa pagitan ng bawat isa.

e) Natuklasan ng mga grill kabob ang 4 hanggang 6 na pulgada mula sa MAINIT na init 7 hanggang 10 minuto, isang beses na umiikot, hanggang sa maging kulay rosas at matigas ang hipon. Ilagay ang mga kabobs sa serving tray. Gupitin ang isang maliit na sulok mula sa maliit na plastic bag ng nakareserbang marinade, gamit ang gunting. Ibuhos ang marinade sa hipon at gulay.

Magbubunga: 6 na servings.

32. Inihaw Bawang Marinade

Mga sangkap

- 1 katamtamang bombilya na bawang
- 1/3 tasa ng langis ng oliba o gulay
- 2/3 tasa ng orange katas
- 1/4 tasa ng maanghang matamis mustard
- 3 kutsarang pulot
- 3/4 kutsarita ng tuyong dahon ng thyme, durog

Mga direksyon

a) Painitin ang hurno sa 375 degrees F.

b) Gupitin ang isang-ikatlo sa tuktok ng hindi nabalatang bombilya ng bawang, na naglalantad ng mga clove. Ilagay ang bawang sa maliit na baking dish; ambon ng mantika.

c) Takpan nang mahigpit at maghurno ng 45 minuto; malamig. Pigain ang pulp ng bawang mula sa papel na balat. Ilagay ang bawang at natitirang sangkap sa blender.

d) Takpan at timpla sa high speed hanggang makinis. Gumagawa ng humigit-kumulang 1 1/2 tasa.

33. Mainit at Maanghang na Hipon

Mga sangkap

- 1 libra mantikilya
- 1/4 tasa ng peanut langis
- 3 cloves ng bawang, tinadtad
- 2 kutsarang rosemary
- 1 kutsarita tinadtad na basil
- 1 kutsarita tinadtad na thyme
- 1 kutsarita tinadtad na oregano
- 1 maliit na mainit na paminta, tinadtad, o
- 2 tablespoons ground cayenne paminta
- 2 kutsarita sariwang giniling na itim na paminta
- 2 bay dahon, gumuho
- 1 kutsarang paprika
- 2 kutsarita ng lemon katas
- 2 pounds raw hipon sa kanilang mga shell
- asin

Mga direksyon

a) Ang hipon ay dapat na may sukat na 30–35 kada libra.

b) Matunaw ang mantikilya at mantika sa isang flameproof na baking dish. Idagdag ang bawang, herbs, pamintas, bay leaves, paprika, at lemon katas, at pakuluan. Ibaba ang apoy at kumulo ng 10 minuto, madalas na pagpapakilos. Alisin ang ulam mula sa apoy at hayaang magpakasal ang mga lasa nang hindi bababa sa 30 minuto.

c) Ang mainit na sarsa ng mantikilya na ito ay maaaring gawin isang araw nang maaga at palamigin. Painitin muna ang hurno sa 450 degrees F. Painitin muli ang sarsa, idagdag ang hipon, at lutuin sa katamtamang apoy hanggang ang hipon ay maging pink na lang, pagkatapos ay maghurno sa oven ng mga 30 minuto pa. Tikman para sa pampalasa, pagdaragdag ng asin kung kinakailangan.

d) Sop up mantikilya sarsa na may crusty bread pagkatapos kainin ang hipon.

34. Italian Binighipon

Mga sangkap

- 2 pounds jumbo Hipon
- 1/4 tasa ng langis ng oliba
- 2 kutsarang bawang, tinadtad
- 1/4 tasa ng harina
- 1/4 tasa ng mantikilya, natunaw
- 4 na kutsarang perehil, tinadtad
- 1 tasang Drawn Mantikilya Sarsa

Mga direksyon

a) Shell Hipon, iniiwan ang mga buntot. Patuyuin, pagkatapos ay alikabok ng harina. Haluin ang mantika at mantikilya sa flat baking dish; magdagdag ng hipon. Iprito sa katamtamang init sa loob ng 8 minuto. Magdagdag ng bawang at perehil sa Drawn Mantikilya Sarsa. Ibuhos sa hipon.

b) Haluin hanggang mabalot ang hipon. Iprito ng 2 minuto pa.

35. Jerk Hipon with Sweet Jamaican Kanin

Mga sangkap

- 1 pound medium Hipon (51-60 count), hilaw, shell sa Jerk seasoning
- 2 tasang mainit na nilutong kanin
- 1 (11 onsa) lata mandarin oranges, pinatuyo at tinadtad
- 1 (8 onsa) lata ng dinurog na pinya, pinatuyo
- 1/2 tasa tinadtad na pulang kampanilya paminta
- 1/4 tasa ng hiniwang almendras, toasted
- 1/2 tasa hiniwang scallions
- 2 tablespoons flaked niyog, toasted
- 1/4 kutsarita ng giniling na luya

Mga direksyon

a) Maghanda ng jerk marinade ayon sa mga tagubilin sa pakete sa likod ng jerk seasoning.
b) Balatan at alisin ang hipon na iniiwan ang buntot. Ilagay sa marinade habang naghahanda ng bigas.
c) Sa malaking kawali, pagsamahin ang lahat ng natitirang sangkap. Magluto sa katamtamang init, patuloy na pagpapakilos sa loob ng 5 minuto o hanggang sa uminit nang husto. Alisin ang hipon sa marinade. Ilagay sa brlangiser pan sa isang layer. Magprito ng 5 hanggang 6 na pulgada mula sa init sa loob ng 2 minuto.
d) Haluing mabuti at iprito ng karagdagang 2 minuto o hanggang pink na lang ang hipon.
e) Ihain kasama ng kanin.

36. Lemon-Bawang Binighipon

Mga sangkap

- 2 pounds medium hipon, binalatan at deveined
- 2 cloves bawang, hatiin
- 1/4 tasa ng mantikilya o margarin, natunaw
- 1/2 kutsarita ng asin
- Magaspang na paminta sa lupa
- 3 patak ng mainit na sarsa
- 1 kutsarang Worcestershire sarsa
- 5 kutsarang tinadtad na sariwang perehil

Mga direksyon

a) Ilagay ang hipon sa isang layer sa isang 15 x 10 x 1-inch halayaroll pan; itabi.

b) Igisa ang bawang sa mantikilya hanggang ang bawang ay maging kayumanggi; alisin at itapon ang bawang. Magdagdag ng natitirang mga sangkap, maliban sa perehil, ihalo nang mabuti. Ibuhos ang timpla sa hipon. Mag-ihaw ng hipon 4 na pulgada mula sa init sa loob ng 8 hanggang 10 minuto, basting nang isang beses. Budburan ng perehil.

Nagbubunga ng 6 na servings.

37. Lime Paminta Hipon

Mga sangkap

- 1 libra malaking hipon, binalatan at hiniwa
- 1 kutsarang langis ng oliba
- 1 kutsarang tinadtad na sariwang rosemary
- 1 kutsarang tinadtad na sariwang thyme
- 2 kutsaritang tinadtad na bawang
- 1 kutsarita ng magaspang na itim na paminta
- Kurot ng ground red paminta
- Katas ng isang kalamansi

Mga direksyon

a) Sa isang medium na mangkok, pagsamahin ang hipon, mantika, herbs at pamintas. Haluing mabuti para mabalot ang hipon. Hayaang tumayo sa temperatura ng silid sa loob ng 20 minuto.

b) Mag-init ng malaking no-stick perehiling pan sa medium–high heat sa loob ng 3 minuto. Idagdag ang hipon sa isang layer. Magluto ng 3 minuto bawat gilid, o hanggang sa maging pink ang hipon at maluto lang. Huwag mag-overcook. Alisin sa init at ihalo sa katas ng kalamansi.

38. Louisiana Hipon Esplanade

Mga sangkap

- 24 malalaking sariwang hipon
- 12 ounces mantikilya
- 1 kutsarang puré na bawang
- 2 kutsarang Worcestershire sarsa
- 1 kutsarita ng tuyo na thyme
- 1 kutsarita ng tuyo na rosemary
- 1/2 kutsarita ng tuyo na oregano
- 1/2 kutsarita dinurog na pulang paminta
- 1 kutsarita ng cayenne paminta
- 1 kutsarita ng itim na paminta
- 8 ounces na serbesa
- 4 na tasang nilutong puting bigas
- 1/2 tasa ng pinong tinadtad na scallions

Mga direksyon

a) Hugasan ang hipon at iwanan sa shell. Matunaw ang mantikilya sa isang malaking kawali at ihalo ang bawang, sarsa ng Worcestershire at mga panimpla.
b) Magdagdag ng hipon at kalugin ang kawali upang ilubog ang hipon sa mantikilya, pagkatapos ay igisa sa medium-high heat sa loob ng 4 hanggang 5 minuto hanggang sa maging pink ang mga ito.
c) Susunod, ibuhos sa serbesa at pukawin para sa isang karagdagang minuto, pagkatapos ay alisin mula sa apoy. Shell at devein ang hipon at ayusin sa isang kama ng bigas. Ibuhos ang pan katas sa itaas at palamutihan ng tinadtad na scallion.
d) Ihain kaagad.

39. Malibu Ginisa Hipon

Mga sangkap

- 1 kutsarang peanut langis
- 1 kutsarang mantikilya
- 1 kutsarang tinadtad na bawang
- 1 libra na katamtamang hipon, pinalamanan ng balat at tinadtad
- 1 tasang hiniwang mushroom
- 1 bungkos ng scallions, hiniwa
- 1 pulang matamis na paminta, may binhi, gupitin sa manipis na 2" na piraso
- 1 tasang sariwa o frozen na mga gisantes
- 1 tasa ng Malibu rum
- 1 tasang mabigat na Krema
- 1/4 tasa tinadtad na sariwang basil
- 2 kutsarita ng giniling na sili
- Katas ng 1/2 kalamansi
- Fresh ground itim paminta
- 1/2 tasa hinimay na niyog
- 1 pound fettuccini, niluto

Mga direksyon

a) Init ang mantika at mantikilya sa mataas na init sa malaking kawali. Magdagdag ng bawang sa loob ng 1 minuto. Magdagdag ng hipon, magluto ng 2 minuto hanggang pink. Magdagdag ng mga gulay at magprito ng 2 minuto.

b) Magdagdag ng rum at kumulo ng 2 minuto. Magdagdag ng Krema at kumulo ng 5 minuto. Magdagdag ng natitirang mga pampalasa. Ihagis ang niyog at nilutong pasta.

40. Inihurnong Hipon

Mga sangkap

- 4 pounds na hindi binalatan, malaking sariwang hipon o 6 pounds na hipon na naka-ulo
- 1/2 tasa ng mantikilya
- 1/2 tasa ng langis ng oliba
- 1/4 tasa ng chili sarsa
- 1/4 tasa ng Worcestershire sarsa
- 2 lemon, hiniwa
- 4 na sibuyas ng bawang, tinadtad
- 2 kutsarang Creole seasoning
- 2 kutsarang lemon katas
- 1 kutsarang tinadtad na perehil
- 1 kutsarita ng paprika
- 1 kutsarita ng oregano
- 1 kutsaritang giniling na pulang paminta
- 1/2 kutsarita ng mainit na sarsa
- Tinapay na Pranses

Mga direksyon

a) Ikalat ang hipon sa isang mababaw, aluminum flangis-lined brlangiser pan.

b) Pagsamahin ang mantikilya at susunod na 12 sangkap sa isang kasirola sa mahinang apoy, haluin hanggang matunaw ang mantikilya, at ibuhos sa hipon. Takpan at palamigin ng 2 oras, iikot ang hipon tuwing 30 minuto.

c) Maghurno, walang takip, sa 400 degrees F sa loob ng 20 minuto; minsan lumiko.

d) Ihain kasama ng tinapay, berdeng salad at corn on the cob para sa kumpletong pagkain.

41. Talagang Malamig Hipon Salad

Mga sangkap

- 2 Lbs. Katamtamang Hipon
- 1 Cup Miracle Whip
- 1/2 tasa ng berdeng sibuyas
- 1 Green Bell Paminta
- 1 Maliit na Ulo ng Lettuce
- 1 Katamtamang Kamatis
- 1/2 Cup Mozzarella Keso

Mga direksyon

a) Balatan, devein, at pakuluan ang hipon. I-chop ang lettuce, bell paminta, tomato, green onions at Hipon, at ihalo sa mangkok... Hiwain ang mozzarella keso at idagdag sa salad.

b) Magdagdag ng miracle whip at haluing mabuti.

42. M-80 Rock Hipon

M-80 na sarsa

- 1 kutsarang gawgaw
- 1 tasang tubig
- 1 tasang toyo
- 1 tasang light kayumanggi sugar
- 1 kutsarang sambal chile paste
- tasa ng sariwang kinatas na orange katas 1 serrano chile, pinong tinadtad
- cloves ng bawang, pinong tinadtad (mga 1 kutsara)
- Isang dalawang-pulgadang piraso ng sariwang luya, kiskisan/binalatan at pinong tinadtad

Slaw

- ulo berdeng repolyo, hiniwa nang manipis (mga $1\frac{1}{2}$ tasa)
- ulo pulang repolyo, hiniwa nang manipis (mga $1\frac{1}{2}$ tasa)
- katamtamang karot, hiniwa nang manipis sa 2 pulgadang piraso
- katamtamang pulang paminta, hiniwa ng manipis
- katamtamang pulang sibuyas, hiniwa ng manipis
- 1 sibuyas ng bawang, hiniwa ng manipis
- 1 Serrano chile, hiniwa ng manipis
- dahon ng basil, hiniwa ng manipis

hipon

- Mantika
- 2 pound rock Hipon (o palitan ang 16-20 count na hipon na hiwa sa maliliit na cube) 1 tasang mantikilyamilk
- 3 tasang lahat ng layuninna harina
- Itim and white sesame seeds
- 1 kutsarang berdeng sibuyas, hiniwa nang manipis
- dahon ng cilantro

Mga direksyon

a) Gawin ang M-80 sarsa: Sa isang maliit na mangkok, haluin ang cornstarch at tubig. Itabi.

b) Sa isang maliit na kasirola, haluin ang toyo, kayumanggi sugar, chile paste, orange katas, chile, bawang at luya at pakuluan ang sarsa. Ibaba ang apoy at kumulo ng 15 minuto. Ihalo ang pinaghalong cornstarch-water at pakuluan muli ang sarsa.

c) Gawin ang slaw: Sa isang katamtamang mangkok, ihalo ang berde at pulang repolyo, karot, pulang paminta, sibuyas, bawang, chile at basil. Itabi.

d) Gawin ang hipon: Sa isang katamtamang kasirola na itinakda sa mataas na apoy, magdagdag ng sapat na mantika upang makarating sa kalahati ng palayok; init hanggang ang langis ay umabot sa 350° (gumamit ng thermometer para sukatin ang temperatura). Ilagay ang rock Hipon sa isang malaking mangkok at ibuhos ang mantikilyamilk sa kanila.

e) Gumamit ng slotted na kutsara upang alisin ang hipon, alisan ng tubig ang labis na mantikilyamilk at, sa isang hiwalay na mangkok, ihagis ang hipon sa harina. Iprito ang hipon sa loob ng 1 hanggang $1\frac{1}{2}$ Minuto.

43. Toast ng Bayan

Mga sangkap

- Labindalawang 16-20 ang bilang ng hipon, na-devein at inalis ang mga shell
- Asin at sariwang giniling na itim na paminta
- 2 abukado
- 2 kutsarang katas ng kalamansi (mga 1 katamtamang dayap), hinati
- 2 kutsarang pinong tinadtad na cilantro
- 2 kutsarita ng pinong tinadtad na jalapeño (mga 1 medium na jalapeño)
- 1 suha
- 1 maliit na baguette, hiniwa sa ¼-inch na hiwa Extra-virgin olive langis
- Asin at bagong giniling na itim na paminta ¼ tasa ng pistachio, inihaw at tinadtad

Mga direksyon

a) Ilagay ang hipon sa isang maliit na plato at timplahan ng asin at paminta. Gupitin ang mga avocado nang pahaba sa paligid ng mga hukay at alisin ang mga hukay. Gupitin ang laman ng avocado sa isang crosshatch pattern at gumamit ng kutsara upang i-scoop ang laman ng avocado sa isang medium bowl. Pagsamahin ang avocado na may $1\frac{1}{2}$ kutsara ng katas ng kalamansi at ang cilantro at jalapeño.

b) Gumamit ng kutsilyo upang alisin ang balat at anumang umbok mula sa laman ng suha at hiwain ang mga lamad upang alisin ang mga segment. Itabi.

c) I-brush ang mga hiwa ng baguette na may langis ng oliba at timplahan ng asin at paminta. Ilagay ang mga hiwa ng baguette sa toaster at i-toast hanggang sa ginintuang kayumanggi.

d) Sa isang medium skillet set sa medium heat, init $1\frac{1}{2}$ tablespoons ng olive langis at idagdag ang hipon. Magluto ng isang minuto sa isang gilid, pagkatapos ay i-flip at magluto ng karagdagang 30 segundo sa kabilang panig. Ilipat ang hipon sa isang mangkok at ihagis ang natitirang $\frac{1}{2}$ kutsara ng katas ng dayap.

e) Upang tipunin: Ikalat ang 2 kutsarang pinaghalong avocado sa bawat hiwa ng baguette. Itaas ang isa o dalawang piraso ng hipon at isang bahagi ng suha. Budburan ang mga pistachio sa ibabaw at ihain kaagad.

44. Hipon a la Plancha sa ibabaw ng Saffron Allioli Toast

Yield: Serves 4

Mga sangkap

Aioli

- Malaking kurot na safron
- 2 malaking pula ng itlog
- 1 sibuyas ng bawang, pinong tinadtad
- 2 kutsarita ng kosher na asin
- 3 tasa ng extra-virgin olive langis, mas maganda ang Spanish
- 2 kutsarita ng lemon katas, at higit pa kung kinakailangan

hipon

- Apat na $\frac{1}{2}$-pulgada ang kapal na hiwa ng country bread
- 2 kutsarang extra-virgin olive langis
- 1$\frac{1}{2}$ pounds jumbo 16/20-count peel-on Hipon
- Kosher na asin
- 2 lemon, hatiin
- 3 sibuyas ng bawang, pinong tinadtad
- 1 kutsarita sariwang giniling na itim na paminta
- 2 tasang tuyong sherry
- 3 kutsarang halos tinadtad na flat-leaf perehil

Mga direksyon

a) Gawin ang aioli: Sa isang maliit na kawali na nakatakda sa katamtamang init, i-toast ang safron hanggang sa ito ay malutong, 15 hanggang 30 segundo. Ilagay ito sa isang maliit na plato at gamitin ang likod ng isang kutsara upang durugin ito. Sa isang medium bowl, idagdag ang safron, egg yolks, bawang at asin at masiglang haluin hanggang sa maayos. Simulan ang pagdaragdag ng langis ng oliba nang ilang patak nang paisa-isa, halu-halong mabuti sa pagitan ng mga karagdagan, hanggang sa magsimulang lumapot ang aioli, pagkatapos ay ibuhos ang natitirang langis sa pinaghalong sa napakabagal at tuluy-tuloy na pag-agos, hinalo ang aioli hanggang sa ito ay makapal at mag-atas.

b) Idagdag ang lemon katas, tikman at i-adjust ng mas maraming lemon katas at asin kung kinakailangan. Ilipat sa isang maliit na mangkok, takpan ng plastic wrap at palamigin.

c) Gawin ang mga toast: Ayusin ang oven rack sa pinakamataas na posisyon at ang brlangiser sa mataas. Ilagay ang mga hiwa ng tinapay sa isang rimmed baking sheet at lagyan ng 1 kutsara ng mantika ang magkabilang gilid ng tinapay. I-toast ang tinapay hanggang sa gintuang kayumanggi, mga 45 segundo. Baliktarin ang tinapay at i-toast ang kabilang panig (panoorin nang mabuti ang brlangiser, dahil nag-iiba-iba ang intensity ng brlangiser), 30 hanggang 45 segundo pa. Alisin ang tinapay mula sa oven at ilagay ang bawat hiwa sa isang plato.

d) Gumamit ng paring knife para gumawa ng mababaw na hiwa sa hubog na likod ng hipon, alisin ang ugat at iwang buo ang shell. Mag-init ng malaki at mabigat na ilalim na kawali sa katamtamang init hanggang sa halos umusok, $1\frac{1}{2}$

hanggang 2 minuto. Idagdag ang natitirang 1 kutsara ng mantika at ang hipon. Pagwiwisik ng isang magandang pakurot ng asin at ang katas mula sa kalahati ng isang lemon sa ibabaw ng hipon at lutuin hanggang ang hipon ay magsimulang mabaluktot at ang mga gilid ng shell ay mag-kayumanggi, 2 hanggang 3 minuto.

e) Gumamit ng mga sipit upang baligtarin ang hipon, budburan ng mas maraming asin at ang katas mula sa kalahati ng kalahating lemon at lutuin hanggang sa ang hipon ay matingkad na rosas, mga 1 minuto pa.

f) Gumawa ng isang balon sa gitna ng kawali at pukawin ang bawang at itim na paminta; kapag ang bawang ay mabango, pagkatapos ng mga 30 segundo, ilagay ang sherry, dalhin sa isang kumulo at ihalo ang pinaghalong bawang-sherry sa hipon. Lutuin, haluin at i-scrape ang mga kayumanggi bits mula sa ilalim ng kawali papunta sa sarsa. Patayin ang apoy at pisilin ang katas ng isa pang kalahati ng lemon. Hatiin ang natitirang kalahati ng lemon sa mga wedges.

g) Ikalat ang tuktok ng bawat hiwa ng tinapay na may masaganang kutsara ng saffron aioli. Hatiin ang hipon sa mga plato at lagyan ng sarsa ang bawat serving. Budburan ng perehil at ihain kasama ang lemon wedges.

45. Hipon Curry na may Mustasa

Mga sangkap:

- 1 lb. hipon
- 2 kutsarang mantika
- 1 kutsarita ng turmerik
- 2 kutsarang mustasa powder
- 1 kutsarita ng asin
- 8 berdeng sili

Mga direksyon

a) Gumawa ng isang paste ng mustasa sa isang pantay na dami ng tubig. Mag-init ng mantika sa isang non-stick perehiling pan at iprito ang mustard paste at ang mga hipon nang hindi bababa sa limang minuto, at magdagdag ng 2 tasa ng maligamgam na tubig.

b) Pakuluan at ilagay ang turmerik at asin at berdeng sili. Magluto sa katamtamang mababang init para sa isa pang dalawampu't limang minuto.

46. Hipon Curry

Mga sangkap:

- 1 lb. hipon, binalatan at hiniwa
- 1 sibuyas, pureed
- 1 kutsarita ng ginger paste
- 1 kutsarita ng bawang paste
- 1 kamatis, purong
- 1 kutsarita ng turmeric powder
- 1 kutsarita ng sili na pulbos
- 1 kutsarita ng cumin powder
- 1 kutsarita ng kulantro pulbos
- 1 kutsarita ng asin o panlasa
- 1 kutsarita ng lemon katas
- dahon ng cilantro/coriander
- 1 kutsarang mantika

Mga direksyon

a) Mag-init ng mantika sa isang non-stick perehiling pan at iprito ang sibuyas, kamatis, luya at bawang, kasama ng cumin at coriander powder at cilantro/coriander dahon sa loob ng limang minuto sa katamtamang apoy.
b) Magdagdag ng hipon, turmerik at sili at asin kasama ng kalahating tasa ng maligamgam na tubig at lutuin sa mababang init sa loob ng dalawampu't limang minuto. Panatilihing natatakpan ng takip ang kawali. Haluing mabuti para hayaang maghalo ang mga hipon sa mga pampalasa. Timplahan ng lemon katas, palamutihan ng cilantro/coriander bago ihain.

47. Hipon sa Bawang Sarsa

Mga sangkap

- 12 cloves bawang, halos tinadtad
- 1 tasa ng langis ng gulay
- 1/4 tasa (1/2 stick) unsalted mantikilya
- 1 1/2 pounds na sariwang hipon, binalatan, inalis ang ugat at mantikilyaflied (iwang buo ang mga buntot)

Mga direksyon

a) Sa isang malaking kawali, igisa ang bawang sa medium-hot langis (mga 300 degrees F) hanggang sa light kayumanggi. Panoorin nang mabuti para hindi masunog. Pagkatapos ng mga 6 hanggang 8 minuto, mabilis na haluin ang mantikilya at alisin kaagad sa apoy. Kapag naidagdag na ang lahat ng mantikilya, ang mga piraso ay magiging malutong. Alisin ang mga ito gamit ang isang slotted na kutsara at ireserba ang mantika at mantikilya para sa paggisa ng hipon.

b) Sa isang malaking kawali, painitin ang humigit-kumulang 2 hanggang 3 kutsara ng nakareserbang mantika at pagkatapos ay igisa ang hipon ng mga 5 minuto. Lumiko nang napakadaling at pagkatapos ay alisin. Magdagdag pa ng mantika kung kinakailangan para igisa ang lahat ng hipon. Asin sa panlasa. Palamutihan ng mga piraso ng bawang at perehil. Ihain kasama ng Mexican Kanin.

c) Subukang magsipilyo ng langis ng bawang sa French bread, pagkatapos ay iwiwisik ito ng perehil at i-toast ito.

d) Ihain ito kasama ng hipon at samahan ang ulam na may salad ng litsugas at kamatis.

48. Hipon sa Mustard Krema Sarsa

Mga sangkap

- 1 libra malaking hipon
- 2 kutsarang langis ng gulay
- 1 bawang, tinadtad
- 3 kutsarang tuyong puting alak
- 1/2 tasa ng heavy Krema o whipping Krema
- 1 kutsarang Dijon mustard na may buto
- Asin, sa panlasa

Mga direksyon

a) Shell at devein Hipon. Sa isang 10–inch na kawali sa katamtamang init, lutuin ang bawang sa mainit na mantika sa loob ng 5 minuto, madalas na hinahalo. Dagdagan ang init sa medium-high. Magdagdag ng hipon. Magluto ng 5 minuto o hanggang sa maging pink ang hipon, madalas na hinahalo. Alisin ang hipon sa mangkok. Magdagdag ng alak sa mga drippings sa kawali.

b) Magluto sa katamtamang init sa loob ng 2 minuto. Magdagdag ng Krema at mustasa. Magluto ng 2 minuto. Ibalik ang hipon sa kawali. Haluin hanggang uminit. Asin sa panlasa.

c) Ihain sa mainit at nilutong bigas.

d) Nagsisilbi 4.

49. Gazpacho

Mga sangkap

- 2 cloves ng bawang
- 1/2 pulang sibuyas
- 5 kamatis ng Roma
- 2 tangkay ng kintsay
- 1 malaking pipino
- 1 zucchini
- 1/4 tasa ng extra-virgin olive langis
- 2 kutsarang pulang alak vinegar
- 2 kutsarang asukal Ilang gitling mainit na sarsa Dash asin
- Dash itim paminta
- 4 na tasa ng magandang kalidad na tomato katas
- 1 pound Hipon, binalatan at deveined Avocado slices, para ihain
- 2 hard-blangised na itlog, pinong tinadtad Mga sariwang dahon ng cilantro, para sa paghahain ng Crusty bread, para sa paghahatid

Mga direksyon

a) Hiwain ang bawang, gupitin ang sibuyas, at hiwain ang mga kamatis, kintsay, pipino at zucchini. Itapon ang lahat ng bawang, lahat ng sibuyas, kalahati ng natitirang diced na gulay at ang mantika sa mangkok ng food processor o, kung gusto mo, isang blender.

b) Tilamsik sa suka at idagdag ang asukal, mainit na sarsa, asin at paminta. Panghuli ibuhos sa 2 tasa ng tomato katas at haluing mabuti. Magkakaroon ka talaga ng tomato base na may magandang confetti ng mga gulay.

c) Ibuhos ang pinaghalong timpla sa isang malaking mangkok at idagdag sa kabilang kalahati ng mga diced na gulay. Haluin ito nang sama-sama. Pagkatapos ay ihalo ang natitirang 2 tasa ng tomato katas. Tikman ito at siguraduhing tama ang pampalasa. Ayusin kung kinakailangan. Palamigin ng isang oras kung maaari.

d) I-ihaw o igisa ang hipon hanggang sa malabo. Itabi. Ilagay ang sopas sa mga mangkok, idagdag ang inihaw na hipon at palamutihan ng mga hiwa ng avocado, itlog at dahon ng cilantro. Ihain na may crusty bread sa gilid.

50. Hipon Linguine Alfredo

Mga sangkap

- 1 (12 onsa) na pakete ng linguine pasta
- 1/4 tasa ng mantikilya, natunaw
- 4 na kutsarang hiniwang sibuyas
- 4 na kutsaritang tinadtad na bawang
- 40 maliit na hipon, binalatan at hiniwa
- 1 tasa kalahati-at-kalahati
- 2 kutsarita ng ground itim paminta
- 6 na kutsarang gadgad na Parmesan keso
- 4 sprigs sariwang perehil
- 4 na hiwa ng lemon, para sa dekorasyon

Mga direksyon

a) Magluto ng pasta sa isang malaking palayok ng tubig na kumukulo hanggang al dente; alisan ng tubig. Samantala, matunaw ang mantikilya sa isang malaking kasirola. Igisa ang sibuyas at bawang sa medium heat hanggang lumambot. Magdagdag ng hipon; igisa sa mataas na apoy sa loob ng 1 minuto, patuloy na pagpapakilos. Haluin ang kalahati-at-kalahati.

b) Magluto, patuloy na pagpapakilos, hanggang sa lumapot ang sarsa. Ilagay ang pasta sa isang serving dish, at takpan ng Hipon sarsa. Budburan ng itim paminta at Parmesan keso.

c) Palamutihan ng mga hiwa ng perehil at lemon.

51. Hipon Marinara

Mga sangkap

- 1 (16 oz.) lata ng kamatis, gupitin
- 2 kutsarang tinadtad na perehil
- 1 sibuyas na bawang, tinadtad
- 1/2 kutsarita ng tuyo na basil
- 1 kutsarita ng asin
- 1/4 kutsarita ng paminta
- 1 kutsarita ng tuyo na oregano
- 1 (6 oz.) lata ng tomato paste
- 1/2 kutsarita na tinimplahan ng asin
- 1 lb. nilutong shelled Hipon
- Grated Parmesan keso
- Nagluto ng spaghetti

Mga direksyon

a) Sa isang palayok, pagsamahin ang mga kamatis na may perehil, bawang, basil, asin, paminta, oregano, tomato paste, at tinimplahan na asin. Takpan at lutuin sa mababang loob ng 6 hanggang 7 oras.

b) Gawing mataas ang kontrol, ihalo ang hipon, takpan at lutuin sa mataas ng 10 hanggang 15 minuto pa. Ihain sa ibabaw ng nilutong spaghetti.

c) Itaas ang Parmesan keso.

52. Hipon Newburg

Mga sangkap

- 1-pound hipon, luto, deveined
- 4 onsa lata mushroom
- 3 hard-blangised na itlog, binalatan at tinadtad
- 1/2 tasa ng Parmesan keso
- 4 na kutsarang mantikilya
- 1/2 sibuyas, tinadtad
- 1 sibuyas na bawang, tinadtad
- 6 na kutsarang harina
- 3 tasang gatas
- 4 na kutsarang tuyong sherry
- Worcestershire sarsa
- Asin at paminta
- Tabasco sarsa

Mga direksyon

a) Painitin ang hurno sa 375 degrees F.

b) Matunaw ang mantikilya at pagkatapos ay igisa ang sibuyas at bawang hanggang lumambot. Idagdag ang harina. Haluing mabuti. Dahan-dahang idagdag ang gatas, patuloy na pagpapakilos. Lutuin hanggang lumapot ang sarsa. Idagdag ang sherry at ang mga pampalasa sa panlasa.

c) Sa isang hiwalay na mangkok, pagsamahin ang hipon, mushroom, itlog, at perehil. Magdagdag ng sarsa kasama ang 1/4 tasa ng keso sa pinaghalong hipon. Haluing mabuti.

d) Ibuhos ang timpla sa isang 2–quart casserole dish at itaas na may natitirang keso. Dot na may mantikilya.
e) Maghurno ng 10 minuto, hanggang sa bahagyang kayumanggied sa itaas.

53. Maanghang na Adobong Hipon

Mga sangkap

- 2 lbs. Malaking hipon, binalatan at tinadtad
- 1 Kutsarita ng Asin
- 1 Lemon, gupitin sa kalahati
- 8 Tasang Tubig
- 1 tasang Puting alakvinegar o tarragon vinegar
- 1 tasang langis ng oliba
- 1-2 Serrano chiles (mahigit o mas kaunti, depende sa lasa), inalis ang mga buto at ugat, pinong tinadtad
- $\frac{1}{4}$ tasa sariwang cilantro, tinadtad
- 2 Malaking cloves ng bawang, tinadtad o ilagay sa isang bawang press
- 2 Kutsarita sariwang cilantro, tinadtad (kung gusto)
- 3 berdeng sibuyas (puting bahagi lamang), tinadtad
- Bagong giniling na itim na paminta, sa panlasa

Mga direksyon

a) Pagsamahin ang tubig, asin at lemon halves sa isang Dutch oven, at pakuluan. Idagdag ang hipon, haluin, at pakuluan ng dahan-dahan sa loob ng 4–5 minuto. Alisin mula sa init at alisan ng tubig.
b) Pagsamahin ang suka, langis ng oliba, sili, cilantro at bawang sa isang malaking zip-top na plastic bag o iba pang plastic na lalagyan. Idagdag ang pinakuluang hipon, at palamigin ng 12 oras o magdamag, paikutin ng ilang beses.
c) Upang ihain, alisan ng tubig ang hipon. Sa isang malaking mangkok, pagsamahin ang pinalamig na hipon na may karagdagang cilantro, berdeng sibuyas at itim na paminta, at ihalo nang mabuti. Ayusin sa isang serving dish, at ihain kaagad.

54. Maanghang Singapore Hipon

Mga sangkap

- 2 libra malaking hipon
- 2 kutsarang ketchup
- 3 kutsarang Sriracha
- 2 kutsarang lemon katas
- 2 kutsarang toyo
- 1 kutsarang asukal
- 2 medium jalapeño, seeded at tinadtad
- puting bombilya ng 1 tangkay ng tanglad, tinadtad
- 1 kutsarang sariwang luya, tinadtad
- 4 scallions, hiniwa ng manipis
- 1/4 tasa cilantro, tinadtad

Mga direksyon

a) Pagsamahin ang ketchup, suka (kung gumagamit), chili sarsa, lemon katas, toyo at asukal.

b) Sa isang malaking kawali, magpainit ng kaunting mantika ng gulay at lutuin ang hipon sa sobrang init. Kapag nagsimula silang maging pink, i-flip ang mga ito.

c) Magdagdag ng kaunting mantika at ang jalapeño, bawang, tanglad at luya. Haluin nang madalas hanggang sa uminit ang timpla. Babala: amoy masarap. Subukang huwag mawala ang iyong focus.

d) Igisa ang mga scallion at ang timpla ng ketchup sa kawali sa loob ng 30 segundo, pagkatapos ay ihalo sa tinadtad na cilantro. Ihain ang hipon kasama ng kanin.

55. Mabituin Hipon

Mga sangkap

- 6 tasa ng tubig
- 2 kutsarang asin
- 1 lemon, hatiin
- 1 tangkay ng kintsay, gupitin sa 3 pulgadang piraso
- 2 dahon ng bay
- Isang dash ng cayenne paminta
- 1/4 tasa ng perehil, tinadtad
- 1 pakete Crawfish/Crab/Hipon pigsa
- 2 lbs. hindi binalatan na hipon na bagong troll sa Mobile Bay
- 1 lalagyan ng cocktail sarsa

Mga direksyon

a) Hiwain ang mga ulo ng hipon.

b) Pagsamahin ang unang 8 sangkap sa isang malaking palayok o Dutch Oven. Pakuluan. Magdagdag ng hipon sa mga shell at lutuin ng mga 5 minuto hanggang sa maging pink ang mga ito. Alisan ng tubig na may malamig na tubig at palamig.

c) Balatan at i-devein ang hipon, pagkatapos ay itabi sa pinalamig na malamiger.

OCTOPUS

56. Pugita sa pulang alak

Mga sangkap

- 1kg (2.25lb) batang octopus
- 8 kutsarang langis ng oliba
- 350g (12oz) maliliit na sibuyas o shallots 150ml (0.25pint) pulang alak 6Kutsara ng pulang alak vinegar
- 225g (8oz) de-latang kamatis, halos tinadtad 2 Kutsarang tomato puree
- 4 dahon ng bay
- 2 kutsarita ng tuyo na oregano
- itim na paminta
- 2 Mga kutsarang tinadtad na perehil

Mga direksyon

a) Linisin muna ang octopus. Hilahin ang mga galamay, tanggalin at itapon ang mga bituka at ang sako ng tinta, ang mga mata at ang tuka. Balatan ang octopus at hugasan at kuskusin ito ng maigi upang maalis ang anumang bakas ng buhangin. Gupitin ito sa 4-5cm (1.5-2inch) na piraso at ilagay ito sa isang kasirola sa katamtamang apoy upang palabasin ang likido. Haluin ang octopus hanggang sumingaw ang likidong ito. Ibuhos ang mantika at pukawin ang octopus para maselyo ito sa lahat ng panig. Idagdag ang buong sibuyas at lutuin ang mga ito, haluin nang isa o dalawang beses, hanggang sa bahagyang kulay.

b) Idagdag ang alak, suka, kamatis, tomato puree, bay dahon, oregano at ilang paggiling ng paminta. Haluing mabuti, takpan ang kawali at kumulo nang mahinahon sa loob ng 1-1.25 oras., tinitingnan paminsan-minsan na ang sarsa ay hindi natuyo. Kung mangyayari ito - at ito ay mangyayari lamang kung ang init ay masyadong mataas - magdagdag ng kaunti pang alak o tubig. Ang pugita ay niluluto kapag ito ay madaling mabutas ng tuhog.

c) Ang sarsa ay dapat na makapal, tulad ng isang runny paste. Kung naghihiwalay ang alinman sa likido, alisin ang takip mula sa kawali, bahagyang dagdagan ang apoy at haluin hanggang sa sumingaw ang ilan sa likido at lumapot ang sarsa. Itapon ang mga dahon ng bay at ihalo ang perehil. Tikman ang sarsa at ayusin ang pampalasa kung kinakailangan. Ihain, kung gusto mo, kasama ng kanin at salad. Ang isang mahalagang Griyego ay ang tinapay ng bansa para maglinis ng sarsa.

SERVE 4-6

57. Adobong octopus

Mga sangkap

- 1kg (2.25lb) batang octopus
- mga 150ml (0.25pint) na langis ng oliba
- humigit-kumulang 150ml (0.25pint) pulang alak vinegar 4 cloves na bawang
- asin at itim na paminta 4-6 na tangkay ng thyme o 1 kutsarita ng pinatuyong thyme lemon wedges, upang ihain

Mga direksyon

a) Ihanda at hugasan ang octopus (tulad ng sa Octopus sa Pulang alak). Ilagay ang ulo at galamay sa isang kawali na may 6-8 Kutsarang tubig, takpan at pakuluan ng 1-1.25 oras hanggang lumambot. Subukan ito sa isang skewer. Alisan ng tubig ang anumang natitirang likido at itabi upang palamig.

b) Gupitin ang laman sa 12mm (0.5pulgada) na piraso at ilagay ang mga ito nang maluwag sa isang garapon na may tornilyo. Paghaluin ang sapat na mantika at suka upang mapuno ang garapon - ang eksaktong halaga ay depende sa kamag-anak na dami ng pagkaing-dagat at ang lalagyan - haluin ang bawang at timplahan ng asin at paminta. Kung gumagamit ka ng pinatuyong thyme, ihalo ito sa likido sa yugtong ito. Ibuhos ito sa ibabaw ng octopus, siguraduhin na ang bawat huling piraso ay ganap na nalubog. Kung gumagamit ka ng mga tangkay ng thyme, itulak ang mga ito sa garapon.

c) Takpan ang garapon at itabi ito nang hindi bababa sa 4-5 araw bago gamitin.

d) Upang ihain, alisan ng tubig ang octopus at ihain ito sa maliliit na indibidwal na mga plato o mga platito na may mga lemon wedge.

e) Ang mga cube ng hindi bababa sa isang araw na lumang tinapay, na sibat sa mga cocktail stick, ang karaniwang saliw.

SERVE 8

58. Pugita Niluto Sa Alak

Mga sangkap

- 1 3/4 lb. octopus (natunaw)
- 4 tbs. langis ng oliba
- 2 malalaking sibuyas na hiniwa
- asin at paminta
- 1 dahon ng bay
- 1/4 tasa ng tuyong puting alak

Mga direksyon

a) Alisin ang seksyon ng ulo mula sa octopus. Malinis. Maghugas ng armas.

b) Hiwain ang octopus sa mga tipak na kasing laki ng kagat.

c) Magluto sa langis ng oliba sa katamtamang apoy ng mga 10 minuto, regular na lumiliko.

d) Magdagdag ng mga sibuyas, pampalasa at alak. Takpan at kumulo ng malumanay hanggang sa lumambot ang pugita, mga 15 minuto.

Nagsisilbi 4

59. Sicilian ihaw baby octopus

GUMAWA NG 4 NA SERVING

Mga sangkap

- 2½ pounds na nilinis at nagyelo na baby octopus
- 2 tasang full-bodied pulang alak, gaya ng
- Pinot Noir o Cabernet Sauvignon
- 1 maliit na sibuyas, hiniwa
- 1 kutsarita itim pamintacorns
- kutsarita buong cloves
- 1 dahon ng bay
- 1 tasa ng Sicilian Citrus Marinade
- ¾cup pitted at coarsely chopped Sicilian o Cerignola green olives
- 3 onsa dahon ng baby arugula
- 1 kutsarang tinadtad na sariwang mint
- Magaspang na asin sa dagat at sariwang giniling na itim na paminta

Mga direksyon

a) Banlawan ang octopus, at pagkatapos ay ilagay sa isang sopas pot na may alak at sapat na tubig upang matakpan. Idagdag ang sibuyas, pamintacorns, cloves, at bay leaf. Pakuluin sa sobrang init, at pagkatapos ay bawasan ang apoy sa medium-low, takpan, at kumulo ng dahan-dahan hanggang sa lumambot ang pugita para madaling makapasok ang kutsilyo, 45 minuto hanggang 1 oras. Alisan ng tubig ang octopus at itapon ang likido o strain at ireserba para sa pagkaing-dagat stock o risotto. Kapag ang octopus ay sapat na upang mahawakan, putulin ang mga galamay sa ulo.

b) Pagsamahin ang octopus at marinade sa isang 1-gallon na zipper-lock na bag. Pindutin ang hangin, isara ang bag, at palamigin sa loob ng 2 hanggang 3 oras. Magsindi ng grill para sa direktang medium-high heat, mga 450¼F.

c) Alisin ang octopus mula sa marinade, patuyuin, at hayaang tumayo sa temperatura ng silid sa loob ng 20 minuto. Salain ang marinade sa isang kasirola at pakuluan sa katamtamang init. Idagdag ang mga olibo at alisin mula sa apoy.

d) I-brush ang grill grate at balutin ng mantika. Direktang i-ihaw ang octopus sa init hanggang sa maiihaw na may marka, 3 hanggang 4 na minuto bawat gilid, dahan-dahang pinindot ang octopus upang makakuha ng magandang sear. Ayusin ang arugula sa isang platter o mga plato at itaas ang octopus. Kutsara ang ilan sa mainit na sarsa, kabilang ang isang mahusay na dami ng olibo, sa bawat paghahatid. Budburan ng mint, asin, at itim na paminta.

SCALLOPS

60. Pagkaing-dagat Pot Pie

Mga sangkap

- 1/2 tasa ng tuyong puting alak
- 1 pound sea scallops, gupitin sa kalahati kung napakalaki
- 1 malaking baking patatas, binalatan at gupitin sa 1/2 pulgadang dice
- 3 kutsarang mantikilya, pinalambot
- 1/2 tasa binalatan at tinadtad na tart apple
- 1 malaking karot, tinadtad
- 1 tadyang ng kintsay, tinadtad
- 1 malaking sibuyas, tinadtad
- 1 sibuyas ng bawang, tinadtad
- 1 1/2 tasa sabaw ng manok
- 1/4 tasa ng mabigat na Krema
- 2 kutsarang lahat ng layuninna harina
- 3/4 kutsarita ng asin
- 1/2 kutsarita sariwang giniling na puting paminta Kurot ng cayenne paminta
- 1 libra na katamtamang hipon, pinalamanan ng balat at tinadtad
- 1 tasang butil ng mais
- 1 maliit na garapon (3 1/2 onsa) pimiento strips
- 2 kutsarang tinadtad na perehil
- Flaky Pastry

Mga direksyon

a) Sa isang medium nonreactive na kasirola, pakuluan ang alak sa sobrang init. Idagdag ang mga scallop at lutuin hanggang sa malabo lang sa kabuuan, mga 1 minuto. Alisan ng tubig ang mga scallop, inilalaan ang likido. Sa isa pang daluyan na kasirola ng kumukulong tubig na inasnan, lutuin ang patatas hanggang malambot lang, 6 hanggang 8 minuto; alisan ng tubig at itabi.

b) Painitin muna ang oven sa 425F. Sa isang malaking kasirola, tunawin ang 2 kutsara ng mantikilya sa katamtamang init. Idagdag ang mansanas, karot, kintsay at sibuyas at lutuin hanggang sa lumambot ang timpla at magsimulang maging kayumanggi, mga 6 na minuto. Idagdag ang bawang at lutuin ng 1 minuto pa. Ibuhos ang stock ng manok at dagdagan ang init sa mataas. Pakuluan hanggang ang karamihan sa likido ay sumingaw, mga 5 minuto.

c) Ilipat ang pinaghalong mansanas-gulay sa isang food processor. Pure hanggang makinis. Ibalik sa kasirola at ihalo ang nakareserbang scallop liquid at ang heavy Krema.

d) Sa isang maliit na mangkok, ihalo ang harina sa natitirang 1 kutsara ng mantikilya upang bumuo ng isang i-paste. Dalhin ang scallop Krema sa isang kumulo sa katamtamang init. Dahan-dahang ihalo ang mantikilya paste. Pakuluan, haluin hanggang

61. Inihurnong Scallops na may Bawang Sarsa

Mga sangkap

- 1 1/2 pounds bay scallops, gupitin sa kalahati
- 3 cloves ng bawang, minasa
- 1/4 tasa (1/2 stick) margarine, natunaw
- 10 matibay na puting mushroom, hiniwa
- Banayad na asin ng sibuyas
- Dash ng bagong gadgad na paminta
- 1/3 tasang tinimplahan na mumo ng tinapay
- 1 kutsarita ng pinong tinadtad na sariwang perehil

Mga direksyon

a) Punasan ang mga scallop gamit ang mamasa-masa na tuwalya ng papel. Mash ang mga clove ng bawang at idagdag sa margarine; haluing mabuti para maghalo. Manatiling mainit. Ibuhos ang kaunti ng tinunaw na sarsa ng bawang sa ilalim ng isang baking dish; idagdag ang mushroom at timplahan.

b) Ilagay ang mga scallop sa ibabaw ng mga mushroom. Magreserba ng 1 kutsarang bawang sarsa at ibuhos ang natitira sa scallops.

c) Budburan ng mga mumo ng tinapay, perehil at nakareserbang sarsa ng bawang. Maghurno sa preheated 375 degrees F oven hanggang ang tuktok ay maganda ang kayumanggied at bubbly mainit.

62. Mga scallop na Provencal

Mga sangkap

- 2 kutsarita ng langis ng oliba
- 1 pound sea scallops
- 1/2 tasa ng manipis na hiniwang sibuyas, hiniwa sa mga singsing 1 sibuyas ng bawang, tinadtad
- 1 tasang diced regular o plum tomatoes
- 1/4 tasa tinadtad na hinog na olibo
- 1 kutsarang tuyo na basil
- 1/4 kutsarita pinatuyong thyme
- 1/8 kutsarita ng asin
- 1/8 kutsarita ng sariwang giniling na paminta

Mga direksyon

a) Init ang langis ng oliba sa isang malaking nonstick skillet sa medium-high heat. Magdagdag ng scallops, at igisa ng 4 na minuto o hanggang maluto.

b) Alisin ang mga scallop mula sa kawali na may slotted na kutsara; itabi, at panatilihing mainit-init.

c) Magdagdag ng mga singsing ng sibuyas at bawang sa kawali, at igisa ng 1-2 minuto. Magdagdag ng kamatis at mga natitirang sangkap at igisa ng 2 minuto o hanggang lumambot.

Sandok ng sarsa sa ibabaw ng scallops

63. Mga scallop na may Puting mantikilya Sarsa

Mga sangkap

- 750g (1=lb.) scallops
- 1 tasang puting alak
- 90g(3ozs) snow peas o manipis na hiniwang green sitaws
- ilang chives upang palamutihan
- asin at sariwang giniling na paminta
- isang maliit na lemon katas
- 1 kutsarang tinadtad na berdeng sibuyas 125g(4ozs)
- mantikilya hiwa-hiwain

Mga direksyon

a) Alisin ang anumang balbas sa mga scallop pagkatapos ay hugasan. Maingat na alisin ang mga roes at ilagay sa mga tuwalya ng papel upang matuyo. Timplahan ng asin at paminta.

b) I-poach ang mga scallop at roes sa alak at lemon katas nang humigit-kumulang. 2 Minuto. Alisin at panatilihing mainit-init. Ang mga string ng snow peas ay bumaba sa kumukulong inasnan na tubig sa loob ng 1 min., alisan ng tubig, gawin ang parehong sa sitaws kung ginagamit.

c) Idagdag ang berdeng sibuyas sa poaching liquid at bawasan sa humigit-kumulang 1/2 tasa. Sa mahinang init, magdagdag ng mantikilya nang paunti-unti, ihalo ito upang makagawa ng sarsa (ang pare-pareho ng pagbuhos ng Krema).

d) Ihain kasama ng magaspang na tinapay para malinisan ang masarap na sarsa.

HADDOCK

64. Haddock na may Ang kaniyang higaan Mantikilya

Gumagawa ng 4 na servings

Mga sangkap

Ang kaniyang higaan Mantikilya:

- 1 tasa (2 sticks) unsalted mantikilya, pinalambot
- $\frac{1}{2}$ tasa na maluwag na nakaimpake na basil
- $\frac{1}{2}$ tasang maluwag na naka-pack na perehil
- $\frac{1}{2}$ bawang
- 1 maliit na sibuyas na bawang
- $\frac{1}{2}$ kutsarita ng asin
- 1/8-kutsarita ng paminta

Mga caramelized na sibuyas:

- 1-kutsarita ng mantikilya
- 2 malalaking sibuyas, hiniwa
- $\frac{1}{2}$ kutsarita ng asin
- $\frac{1}{4}$ kutsarita ng sariwang giniling na itim na paminta
- 2 kutsarang sariwang dahon ng thyme, o 1 kutsarita na tuyo
- 2 pounds haddock
- 3 kamatis, hiniwa

Mga direksyon

a) Gawin ang ang kaniyang higaan mantikilya sa pamamagitan ng pagproseso ng pinalambot na mantikilya, basil, perehil, shallot, bawang, asin at paminta nang magkasama.

b) I-on ang mantikilya sa isang piraso ng plastic wrap at gawing log ang mantikilya. I-wrap ito sa plastic wrap at palamigin o i-freeze. Init ang mantikilya at mantika sa isang medium skillet sa medium-low heat.

c) Idagdag ang mga sibuyas at lutuin hanggang sa magsimula silang lumambot, paminsan-minsang pagpapakilos, mga 15 minuto.

d) Magdagdag ng asin at paminta; bahagyang itaas ang init, at lutuin hanggang sa ginintuang kayumanggi, paminsan-minsang pagpapakilos, 30 hanggang 35 minuto. Haluin ang thyme.

e) Painitin ang hurno sa 375°. Langis ang isang 9 x 13-pulgadang kawali.

f) Ikalat ang mga sibuyas sa ilalim ng kawali, at pagkatapos ay ilagay ang haddock sa mga sibuyas.

g) Takpan ang haddock ng hiniwang mga kamatis.

h) Maghurno hanggang sa medyo malabo pa rin ang haddock sa gitna (mga 20 minuto). Patuloy itong magluluto kapag inalis mo ito sa oven.
i) Hiwain ang ang kaniyang higaan mantikilya sa $\frac{1}{4}$-inch na medalyon at ilagay ito sa ibabaw ng mga kamatis at ihain.

65. Cajun Lahat ng layunin Haddock

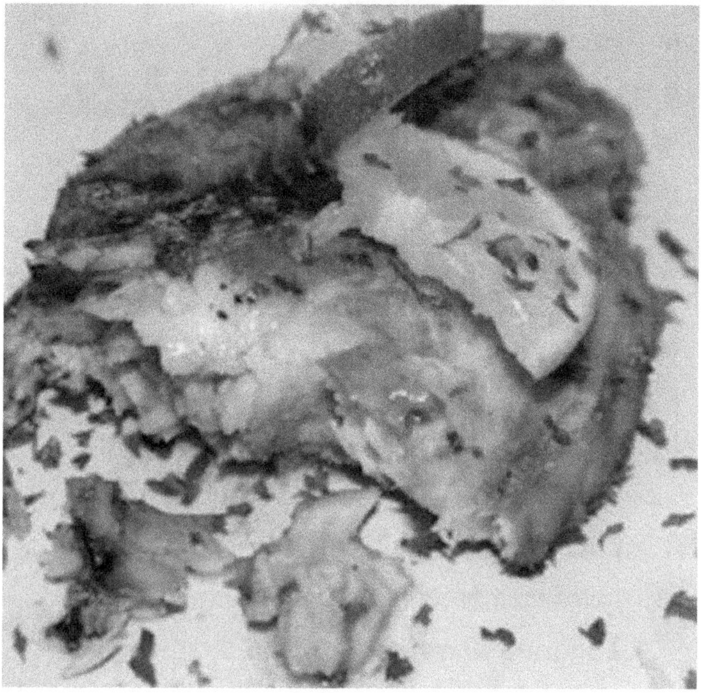

Mga sangkap

- 1 Haddock Fillet
- Harina
- 1 kutsarita ng Cajun Spice
- 75g Pineapple diced
- 1 Spring Onion
- 10g pulang sibuyas
- 10g pulang paminta
- 10g Langis ng Oliba

Mga direksyon

a) Para sa salsa, hiwain ang pinya nang humigit-kumulang sa 1cm cube, hiwain ng pino ang pulang sibuyas, 1 spring onion, at inihaw at binalatan na pulang paminta. Idagdag ang mantika at pulang alak na suka at iwanan sa isang sakop na mangkok sa temperatura ng silid sa loob ng 1 oras.

b) Paghaluin ang harina na may pampalasa ng Cajun at pahiran ang napapanahong haddock fillet.

c) I-pan Perehil ang haddock at ihain sa ibabaw ng salsa.

66. Haddock, Leek at Potato Chowder

Mga sangkap

- 1/4 Haddock Fillet
- 25g hiniwang Leek
- 25g Diced na patatas
- 15g tinadtad na sibuyas
- 250ml Krema
- 100ml Stock ng Isda
- Tinadtad na Perehil

Mga direksyon

a) I-pan Perehil ang hinugasan at tinadtad na leek.

b) Kapag lumambot na ang leek idagdag ang patatas at sibuyas.

c) Kapag mainit na ang mga gulay, ilagay ang Krema at stock at pakuluan. Ibaba sa kumulo at idagdag ang tinadtad na haddock.

d) Kumulo sa loob ng 10 minuto at magdagdag ng tinadtad na perehil habang naghahain ka.

67. Pinausukang haddock at Tomato Chutney

Mga sangkap:

- 3 x 175g pinausukang haddock fillet
- 30 maliit na handa na tartlet cups

Rarebit

- 325g malakas na Cheddar keso
- 75 ML ng gatas
- 1 pula ng itlog
- 1 buong itlog
- 1/2 kutsarang mustasa powder
- 30 g plain na harina
- 1/2 kutsarita Worcester sarsa, Tabasco sarsa
- 25g sariwang puting breadcrumbs
- pampalasa

Tomato Chutney

- 15g ugat na luya
- 4 na pulang sili
- 2kg pulang kamatis
- 500g na mansanas, binalatan at tinadtad
- 200g sultanas
- 400g chunky tinadtad shallots
- asin
- 450g kayumanggi sugar
- 570ml malt vinegar

Mga direksyon

a) Timplahan ng mabuti ang haddock at ilagay sa oven na may kaunting olive langis at lutuin ng mga 5-6 minuto.
b) Grate ang keso at idagdag sa kawali na may gatas at dahan-dahang magpainit sa isang kawali hanggang sa matunaw, alisin mula sa apoy at palamig.
c) Idagdag ang buong itlog at pula ng itlog, mustasa, mga mumo ng tinapay at isang gitling ng parehong Worcester at Tabasco, panahon at payagan ang paglamig.
d) I-flake ang haddock para tanggalin ang anumang buto at ilagay ang chutney sa ilalim ng tart, sa itaas ng tinadtad na isda. Painitin muna ang grill sa isang mataas na init at itaas ang haddock gamit ang rarebit at ilagay sa ilalim ng grill hanggang sa ginintuang kayumanggi sa itaas.
e) Alisin ang haddock mula sa grill at ihain kaagad.

SALMON

68. Mahika inihurnong salmon

(Gumagawa ng 1 serving)

Mga sangkap

- 1 salmon fillet
- 2 kutsarita ng Salmon Mahika
- Unsalted mantikilya, natunaw

Mga direksyon

a) Painitin ang hurno sa 450 F.

b) Banayad na i-brush ang tuktok at gilid ng salmon fillet na may tinunaw na mantikilya. Banayad na i-brush ang isang maliit na sheet pan na may tinunaw na mantikilya.

c) Timplahan ng Salmon Mahika ang tuktok at gilid ng salmon fillet. Kung makapal ang fillet, gumamit ng kaunti pang Salmon Mahika. Pindutin nang dahan-dahan ang pampalasa.

d) Ilagay ang fillet sa sheet pan at maghurno hanggang ang tuktok ay ginintuang kayumanggi, at ang fillet ay luto na. Upang magkaroon ng basa-basa, pink na salmon, huwag mag-overcook. Ihain kaagad.

e) Oras ng pagluluto: 4 hanggang 6 na minuto.

69. Salmon na may Pomegranate at Quinoa

Servings: 4 servings

Mga sangkap

- 4 na fillet ng salmon, walang balat
- $\frac{3}{4}$ cup pomegranate katas, walang asukal (o mababang uri ng asukal)
- $\frac{1}{4}$ tasa ng orange katas, walang asukal
- 2 kutsarang orange marmalade/jam
- 2 kutsarang bawang, tinadtad
- Asin at paminta para lumasa
- 1 tasa ng quinoa, niluto ayon sa pakete
- Ilang sprigs ng cilantro

Direksyon:

a) Sa isang medium bowl, pagsamahin ang pomegranate katas, orange katas, orange marmalade at bawang. Timplahan ng asin at paminta at ayusin ang lasa ayon sa kagustuhan.
b) Painitin ang hurno sa 400F. Grasa ang baking dish ng pinalambot na mantikilya. Ilagay ang salmon sa baking pan, mag-iwan ng 1-pulgadang espasyo sa pagitan ng mga fillet.
c) Magluto ng salmon sa loob ng 8-10 minuto. Pagkatapos ay maingat na alisin ang kawali mula sa oven at ibuhos ang pinaghalong granada. Siguraduhin na ang tuktok ng salmon ay pantay na pinahiran ng pinaghalong. Ibalik ang salmon sa oven at lutuin ng 5 minuto pa o hanggang sa ito ay ganap na maluto at ang pinaghalong granada ay naging gintong glaze.
d) Habang nagluluto ang salmon, ihanda ang quinoa. Pakuluan ang 2 tasa ng tubig sa katamtamang init at idagdag ang quinoa. Magluto ng 5-8 minuto o hanggang masipsip ang tubig. Alisin ang apoy,

pahimulmulin ang quinoa gamit ang isang tinidor at ibalik ang takip. Hayaang maluto ang natitirang init ng quinoa sa loob ng 5 minuto.

e) Ilipat ang pomegranate-glazed salmon sa isang serving dish at iwiwisik ang sariwang tinadtad na cilantro. Ihain ang salmon na may quinoa.

70. Inihurnong Salmon at Kamote

Servings: 4 servings

Mga sangkap

- 4 na fillet ng salmon, inalis ang balat
- 4 na katamtamang laki ng kamote, binalatan at gupitin sa 1 pulgadang kapal
- 1 tasa ng broccoli florets
- 4 na kutsarang purong pulot (o maple syrup)
- 2 kutsarang orange marmalade/jam
- 1 1-pulgadang sariwang ginger knob, gadgad
- 1 kutsarita ng Dijon mustard
- 1 tablespoons sesame seeds, toasted
- 2 kutsarang unsalted mantikilya, natunaw
- 2 kutsarita ng sesame langis
- Asin at paminta para lumasa
- Spring onions/scallions, sariwang tinadtad

Direksyon:

a) Painitin muna ang oven sa 400F. Grasa ang baking pan ng tinunaw na unsalted mantikilya.
b) Ilagay ang hiniwang kamote at broccoli florets sa kawali. Banayad na timplahan ng

asin, paminta at isang kutsarita ng sesame langis. Siguraduhin na ang mga gulay ay bahagyang pinahiran ng sesame langis.

c) Maghurno ng patatas at broccoli sa loob ng 10-12 minuto.

d) Habang ang mga gulay ay nasa oven pa, ihanda ang matamis na glaze. Sa isang mixing bowl, idagdag ang matamis (o maple syrup), orange jam, grated ginger, sesame langis at mustard.

e) Maingat na alisin ang baking pan mula sa oven at ikalat ang mga gulay sa gilid upang bigyan ng puwang ang isda.

f) Banayad na timplahan ng asin at paminta ang salmon.

g) Ilagay ang salmon fillet sa gitna ng baking pan at ibuhos ang matamis na glaze sa salmon at mga gulay.

h) Ibalik ang kawali sa oven at lutuin ng karagdagang 8-10 minuto o hanggang sa malambot na tinidor ang salmon.

i) Ilipat ang salmon, kamote at broccoli sa isang magandang serving platter. Palamutihan ng sesame seeds at spring onions.

71. Inihurnong Salmon na may Itim Sitaw Sarsa

Servings: 4 servings

Mga sangkap

- Inalis ang 4 na fillet ng salmon, balat at pin bone
- 3 kutsarang itim sitaw sarsa o itim sitaw bawang sarsa
- $\frac{1}{2}$ tasang stock ng manok (o stock ng gulay bilang mas malusog na kapalit)
- 3 kutsarang bawang, tinadtad
- 1 1-pulgadang sariwang ginger knob, gadgad
- 2 kutsarang sherry o sake (o anumang alak sa pagluluto)
- 1 tablespoons lemon katas, sariwang kinatas
- 1 kutsarang patis ng isda
- 2 kutsarang kayumanggi sugar
- $\frac{1}{2}$ kutsarita ng pulang chili flakes
- Mga sariwang dahon ng kulantro, pinong tinadtad
- Spring onion bilang palamuti

Direksyon:

a) Grasa ang isang malaking baking pan o lagyan ng parchment paper. Painitin muna ang oven sa 350F.
b) Pagsamahin ang stock ng manok at itim sitaw sarsa sa isang medium bowl. Idagdag ang tinadtad na bawang, gadgad na luya, sherry, lemon katas, patis, kayumanggi sugar at chili flakes. Haluing mabuti hanggang sa ganap na matunaw ang kayumanggi sugar.
c) Ibuhos ang itim sitaw sarsa sa salmon fillet at payagan ang salmon na ganap na masipsip ang itim sitaw mixture nang hindi bababa sa 15 minuto.
d) Ilipat ang salmon sa baking dish. Magluto ng 15-20 minuto. Siguraduhing hindi masyadong tuyo ang salmon sa oven.
e) Ihain kasama ng tinadtad na kulantro at spring onion.

72. Paprika Ihaw Salmon na may Spinach

Servings: 6 servings

Mga sangkap

- 6 pink na salmon fillet, 1-pulgada ang kapal
- $\frac{1}{4}$ tasa ng orange katas, bagong lamutak
- 3 kutsarita ng tuyo na thyme
- 3 kutsarang extra virgin olive langis
- 3 kutsarita ng matamis na paprika powder
- 1 kutsarita ng cinnamon powder
- 1 kutsarang kayumanggi sugar
- 3 tasang dahon ng spinach
- Asin at paminta para lumasa

Direksyon:

a) Banayad na magsipilyo ng olive sa bawat gilid ng salmon fillet, pagkatapos ay timplahan ng paprika powder, asin at paminta. Itabi sa loob ng 30 minuto sa temperatura ng kuwarto. Hinahayaan ang salmon na sumipsip ng paprika rub.
b) Sa isang maliit na mangkok, paghaluin ang orange katas, pinatuyong thyme, cinnamon powder at kayumanggi sugar.

c) Painitin muna ang oven sa 400F. Ilipat ang salmon sa isang flangis-lined baking pan. Ibuhos ang marinade sa salmon. Magluto ng salmon sa loob ng 15-20 minuto.
d) Sa isang malaking kawali, magdagdag ng isang kutsarita ng extra virgin olive langis at lutuin ang spinach nang mga ilang minuto o hanggang malanta.
e) Ihain ang inihurnong salmon na may spinach sa gilid.

73. Salmon Teriyaki na may Gulay

Servings: 4 servings

Mga sangkap

- Inalis ang 4 na fillet ng salmon, balat at pin bone
- 1 malaking kamote (o simpleng patatas), gupitin sa laki ng kagat
- 1 malaking karot, gupitin sa laki ng kagat
- 1 malaking puting sibuyas, gupitin sa mga wedges
- 3 malalaking bell pamintas (berde, pula at dilaw), tinadtad
- 2 tasang broccoli florets (maaaring palitan ng asparagus)
- 2 kutsarang extra virgin olive langis
- Asin at paminta para lumasa
- Mga sibuyas sa tagsibol, makinis na tinadtad
- Teriyaki sarsa
- 1 tasang tubig
- 3 kutsarang toyo
- 1 kutsarang bawang, tinadtad
- 3 kutsarang kayumanggi sugar
- 2 kutsarang purong pulot

- 2 kutsarang corn starch (natunaw sa 3 kutsarang tubig)
- $\frac{1}{2}$ kutsarang toasted sesame seeds

Direksyon:

a) Sa isang maliit na kawali, haluin ang toyo, luya, bawang, asukal, pulot at tubig sa mahinang apoy. Haluin nang tuluy-tuloy hanggang sa mabagal na kumulo ang timpla. Haluin ang cornstarch water at hintaying lumapot ang timpla. Idagdag ang sesame seeds at itabi.

b) Grasa ang isang malaking baking dish ng unsalted mantikilya o cooking spray. Painitin muna ang oven sa 400F.

c) Sa isang malaking mangkok, itapon ang lahat ng mga gulay at ibuhos ang langis ng oliba. Haluing mabuti hanggang sa malagyan ng mantika ang mga gulay. Timplahan ng bagong lamat na paminta at kaunting asin. Ilipat ang mga gulay sa baking dish. Ikalat ang mga gulay sa mga gilid at mag-iwan ng ilang espasyo sa gitna ng baking dish.

d) Ilagay ang salmon sa gitna ng baking dish. Ibuhos ang 2/3 ng teriyaki sarsa sa mga gulay at salmon.
e) Maghurno ng salmon sa loob ng 15-20 minuto.
f) Ilipat ang inihurnong salmon at inihaw na gulay sa isang magandang serving platter. Ibuhos ang natitirang teriyaki sarsa at palamutihan ng tinadtad na spring onions.

74. Asian-Istilo Salmon na may Itim

Servings: 4 servings

Mga sangkap

Salmon

- 4 na fillet ng salmon, inalis ang balat
- 2 kutsarang inihaw na sesame langis
- 2 kutsarang purong pulot
- 3 kutsarang light soy sarsa
- 2 kutsarang puting suka
- 2 kutsarang bawang, tinadtad
- 2 kutsarang sariwang luya, gadgad
- 1 kutsarita ng inihaw na linga
- Tinadtad na spring onion para sa dekorasyon

Bigas na pansit

- 1 pack ng Asian kanin itim

sarsa

- 2 kutsarang patis
- 3 kutsarang katas ng kalamansi, bagong lamutak
- Chili flakes

Direksyon:

a) Para sa salmon marinade, pagsamahin ang sesame langis, toyo, suka, pulot, tinadtad na bawang at linga. Ibuhos sa salmon at hayaang mag-marinate ang isda sa loob ng 10-15 minuto.
b) Ilagay ang salmon sa isang baking dish, na bahagyang pinahiran ng langis ng oliba. Magluto ng 10-15 minuto sa 420F.
c) Habang ang salmon ay nasa oven, lutuin ang kanin itim ayon sa mga direksyon ng pakete. Patuyuin ng mabuti at ilipat sa mga indibidwal na mangkok.
d) Paghaluin ang patis, katas ng kalamansi at chili flakes at ibuhos sa kanin itim.
e) Itaas ang bawat mangkok ng noodle na may mga bagong lutong salmon fillet. Palamutihan ng spring onions at sesame seeds.

75. Inilagang Salmon sa Tomato Bawang Broth

Nagsisilbi 4

Mga sangkap

- 8 cloves ng bawang
- shallots
- kutsarita ng extra virgin olive langis
- 5 hinog na kamatis
- 1 1/2 tasa ng tuyong puting alak
- 1 tasang tubig
- 8 sprigs ng thyme 1/4 kutsarita sea salt
- 1/4 kutsarita sariwang itim na paminta
- 4 Copper River Sockeye Salmon fillet puting truffle langis (opsyonal)

Mga direksyon

a) Balatan at gupitin ang mga sibuyas ng bawang at shallots. Sa isang malaking braising dish o sauté pan na may takip, ilagay ang olive langis, bawang, at shallots. Pawis sa medium-low heat hanggang malambot, mga 3 minuto.
b) Ilagay ang mga kamatis, alak, tubig, thyme, asin, at paminta sa kawali at pakuluan. Sa sandaling kumulo, bawasan ang init sa isang kumulo at takpan.
c) Pakuluan ng 25 minuto hanggang sa pumutok ang mga kamatis na naglalabas ng kanilang katas. Gamit ang isang kahoy na kutsara o spatula, durugin ang mga kamatis sa isang pulp. Pakuluan nang walang takip para sa isa pang 5 minuto hanggang sa bahagyang nabawasan ang sabaw.
d) Habang kumukulo pa ang sabaw, ilagay ang salmon sa sabaw. Takpan at i-poach ng 5 hanggang 6 na minuto lamang hanggang sa madaling matuklap ang isda. Ilagay ang isda sa isang plato at itabi. Maglagay ng salaan sa isang malaking mangkok at

ibuhos ang natitirang sabaw sa salaan. Salain ang sabaw at itinatapon ang mga solidong natitira. Tikman ang sabaw at magdagdag ng asin at paminta kung kinakailangan.

e) Ang simpleng mantikilya mashed patatas o kahit na inihaw na patatas ay isang magandang bahagi sa pagkain na ito. Pagkatapos ay itaas na may sautéed asparagus at ang sinubo salmon.

f) Ibuhos ang pilit na sabaw sa paligid ng salmon. Magdagdag ng isang ambon ng puting truffle langis kung ninanais. maglingkod.

76. Inihaw na Salmon

Mga sangkap

- Maliit na salmon filets, humigit-kumulang 6 na onsa

Mga direksyon

a) Maglagay ng humigit-kumulang kalahating pulgada ng tubig sa isang maliit, 5-6-pulgada na kawali, takpan ito, painitin ang tubig upang kumulo, pagkatapos ay ilagay ang filet na natatakpan sa loob ng apat na minuto.

b) Magdagdag ng anumang pampalasa na gusto mo sa salmon o sa tubig.

c) Ang apat na minuto ay umalis sa gitna na hindi luto at napaka-makatas.

d) Hayaang lumamig nang kaunti ang filet at gupitin ito sa pulgada at kalahating lapad na piraso.

e) Idagdag sa isang salad kasama ang lettuce (anumang uri) magandang kamatis, magandang hinog na abukado, pulang sibuyas, crouton, at anumang masarap na dressing.

77. Sinubo Salmon na may Berdeng sarsa ng damo

Servings: 4 servings

Mga sangkap

- 3 tasang tubig
- 4 na bag ng berdeng tsaa
- 2 malalaking salmon fillet (mga 350 gramo bawat isa)
- 4 na kutsarang extra virgin olive langis
- 3 tablespoons lemon katas, sariwang kinatas
- 2 kutsarang perehil, sariwang tinadtad
- 2 kutsarang basil, sariwang tinadtad
- 2 kutsarang oregano, sariwang tinadtad
- 2 kutsarang Asian chives, sariwang tinadtad
- 2 kutsarang dahon ng thyme
- 2 kutsarita ng bawang, tinadtad

Direksyon:

a) Pakuluan ang tubig sa isang malaking palayok. Idagdag ang green tea bags, pagkatapos ay alisin sa init.
b) Hayaang matarik ang mga bag ng tsaa sa loob ng 3 minuto. Ilabas ang mga supot ng tsaa mula sa palayok at pakuluan ang tubig na binuhusan ng tsaa. Idagdag ang salmon at bawasan ang apoy.
c) I-poach ang salmon fillet hanggang sa maging malabo sa gitnang bahagi. Lutuin ang salmon sa loob ng 5-8 minuto o hanggang sa ganap na maluto.
d) Alisin ang salmon mula sa kawali at itabi.
e) Sa isang blender o food processor, itapon ang lahat ng sariwang tinadtad na damo, langis ng oliba at lemon katas. Haluing mabuti hanggang sa mabuo ang timpla sa isang makinis na i-paste. Timplahan ng asin at paminta ang paste. Maaari mong ayusin ang mga pampalasa kung kinakailangan.
f) Ihain ang inihaw na salmon sa isang malaking pinggan at itaas ang sariwang herb paste.

78. Malamig sinubo salmon salad

Magbubunga: 2 servings

Mga sangkap

- 1 kutsarang tinadtad na kintsay
- 1 kutsarang tinadtad na karot
- 2 kutsarang magaspang na tinadtad na sibuyas
- 2 tasang tubig
- 1 tasang puting alak
- 1 dahon ng bay
- $1\frac{1}{2}$ kutsarita ng asin
- 1 limon; hatiin sa dalawa
- 2 sanga ng perehil
- 5 itim na paminta
- 9-onsa center-cut salmon fillet
- 4 tasa ng baby spinach; nilinis
- 1 kutsarang lemon katas
- 1 kutsarita tinadtad na lemon zest
- 2 kutsarang tinadtad na sariwang dill
- 2 kutsarang tinadtad na sariwang perehil

- $\frac{1}{2}$ tasa ng langis ng oliba
- $1\frac{1}{2}$ kutsarita tinadtad na shallot
- 1 asin; sa panlasa
- 1 sariwang giniling na itim na paminta; sa panlasa

Mga direksyon

a) Sa isang mababaw na kawali ilagay ang kintsay, karot, sibuyas, alak, tubig, dahon ng bay, asin, lemon, perehil, at paminta. Pakuluan, bawasan ang apoy, at maingat na ilagay ang mga piraso ng salmon sa kumukulong likido, takpan at kumulo sa loob ng 4 na minuto. Samantala gawin ang marinade.

b) Sa isang mangkok paghaluin ang lemon katas, zest, dill, perehil, langis ng oliba, shallots, asin at paminta. Ibuhos ang marinade sa isang non-reactive na kawali o lalagyan na may patag na ilalim at sapat na espasyo para ilagay ang nilutong salmon. Ngayon alisin ang salmon mula sa kawali at ilagay ito sa marinade. Hayaang lumamig ng 1 oras.

c) Ihagis ang spinach sa isang maliit na bahagi ng marinade at timplahan ng asin at paminta, at hatiin sa pagitan ng dalawang serving plate. Gamit ang isang slotted spatula, ilagay ang salmon sa ibabaw ng spinach.

79. Sinubo salmon na may malagkit na bigas

Yield: 1 servings

Mga sangkap

- 5 tasang langis ng oliba
- 2 ulo luya; nabasag
- 1 ulo ng bawang; nabasag
- 1 bungkos ng Scallions; hiniwa
- 4 piraso ng salmon; (6-onsa)
- 2 tasang Japanese kanin; pinasingaw
- ¾ tasa ng Mirin
- 2 Scallions; hiniwa
- ½ tasa ng pinatuyong seresa
- ½ tasa ng pinatuyong blueberries
- 1 sheet nori; gumuho
- ½ tasa ng lemon katas
- ½ tasang stock ng isda
- ¼ tasang Ice wine
- ¾ tasa ng grapeseed langis
- ½ tasang pinatuyong mais sa hangin

Mga direksyon

a) Sa isang kasirola, dalhin ang langis ng oliba hanggang sa 160 degrees. Idagdag ang tinadtad na luya, bawang at scallion. Alisin ang pinaghalong mula sa apoy at hayaang mag-infuse sa loob ng 2 oras. Pilitin.

b) I-steam ang kanin at pagkatapos ay timplahan ng mirin. Kapag lumamig, ihalo ang hiniwang scallions, tuyo sa isang kasirola. Dalhin ang langis ng oliba hanggang sa 160 degrees. Idagdag ang tinadtad na luya, bawang at scallion. Kunin ang berries at seaweed.

c) Upang gawin ang sarsa, pakuluan ang lemon katas, stock ng isda at ice wine. Alisin mula sa init at timpla sa grapeseed langis. Timplahan ng asin at paminta.

d) Upang i-poach ang isda, dalhin ang poaching langis hanggang sa humigit-kumulang 160 degrees sa isang malalim na kasirola. Timplahan ng asin at paminta ang salmon at malumanay na isawsaw ang buong piraso ng isda sa mantika. Hayaang mag-poach nang malumanay ng mga 5 minuto o hanggang sa rare-medium.

e) Habang nagluluto ang isda, ilagay ang kanin salad sa plato at lagyan ng lemon sarsa. Ilagay ang sinigang isda sa kanin salad kapag tapos na itong i-poach.

80. Citrus Salmon Fillet

Nagsisilbi ng 4 na tao

Mga sangkap

- $\frac{3}{4}$ kg sariwang Salmon Fillet
- 2 kutsarang Manuka flavored o plain matamis
- 1 kutsarang sariwang piniga na katas ng kalamansi
- 1 kutsarang sariwang piniga na orange katas
- $\frac{1}{2}$ kutsarang Lime zest
- $\frac{1}{2}$ kutsarang Orange zest
- $\frac{1}{2}$ pakurot ng asin at paminta
- $\frac{1}{2}$ kalamansi na hiniwa
- $\frac{1}{2}$ kahel na hiniwa
- $\frac{1}{2}$ dakot ng Fresh Thyme at Micro Herbs

Mga direksyon

a) Gumamit ng humigit-kumulang 1.5kg + Fresh Regal Salmon Fillet, Naka-on ang balat, nakalabas ang buto.
b) Magdagdag ng Orange, Lime, Matamis, Salt, paminta at zest - pagsamahin ng mabuti
c) Kalahating oras bago lutuin ang fillet na may pastry brush at likidong citrus.
d) Hatiin nang manipis ang Orange at Limes
e) Maghurno sa 190degrees sa loob ng 30 minuto pagkatapos ay suriin, maaaring mangailangan ng isa pang 5 minuto depende sa kung paano mo gusto ang iyong salmon.
f) Alisin sa oven at budburan ng Fresh Thyme at Micro herbs

81. Salmon Lasagne

Nagsisilbi ng 4 na tao

Mga sangkap

- 2/3 bahagi (mga) Gatas para sa poaching
- 2/3 gramo ng nilutong lasagne sheet
- 2/3 tasa (mga) Sariwang Dill
- 2/3 tasa (mga) gisantes
- 2/3 tasa (mga) Parmesan
- 2/3 Ball ng Mozzarella
- 2/3 na sarsa
- 2/3 Bag ng Baby Spinach
- 2/3 tasa (mga) Krema
- 2/3 kutsarita (mga) Nutmeg

Mga direksyon

a) Una, gawin ang béchamel at spinach sarsa at i-poach ang salmon. Para sa sarsa ng béchamel, matunaw ang mantikilya sa isang maliit na kasirola. Haluin ang harina at lutuin ng ilang minuto hanggang mabula, patuloy na pagpapakilos.

b) Dahan-dahang idagdag ang mainit na gatas, ihalo palagi, hanggang sa makinis ang sarsa. Pakuluan nang mahina, patuloy na pagpapakilos hanggang sa lumapot ang sarsa. Timplahan ng asin at paminta ayon sa panlasa.

c) Upang gawin ang spinach sarsa, gupitin at hugasan ang spinach. Sa tubig na nakakapit pa sa mga dahon, ilagay ang kangkong sa malaking kasirola, takpan ng takip at kumulo ng mahina hanggang sa malanta lang ang mga dahon.

d) Alisan ng tubig at pisilin ang labis na tubig. Ilipat ang spinach sa isang blender o food processor idagdag ang Krema at nutmeg. Pulse upang pagsamahin pagkatapos ay timplahan ng asin at paminta.

e) Painitin muna ang hurno sa 180degC. Grasa ang isang malaking baking dish. Dahan-dahang i-poach ang salmon sa gatas hanggang sa maluto lang, at pagkatapos ay hatiin sa malalaking tipak. Itapon ang gatas.

f) Takpan ng manipis ang ilalim ng baking dish na may 1 tasa ng béchamel sarsa.

g) Ikalat ang isang magkakapatong na layer ng lasagne sheet sa ibabaw ng sarsa, pagkatapos ay ikalat sa isang layer ng spinach sarsa at ilagay ang kalahati ng mga piraso ng salmon nang pantay-pantay sa ibabaw nito. Budburan ng ilang tinadtad na dill. Magdagdag ng isa pang layer ng lasagne, pagkatapos ay magdagdag ng isang layer ng béchamel sarsa at iwiwisik ito ng mga gisantes para sa isang magaspang na takip.

h) Ulitin muli ang mga layer, kaya ang lasagne, spinach at salmon nito, dill, lasagne, béchamel sarsa at pagkatapos ay mga gisantes. Tapusin sa isang huling layer ng lasagne, pagkatapos ay isang manipis na layer ng béchamel sarsa. Itaas ang grated parmesan keso, at mga piraso ng sariwang mozzarella.

i) I-bake ang lasagne sa loob ng 30 minuto, o hanggang mainit at

82. Teriyaki Salmon Fillets

Nagsisilbi ng 4 na tao

Mga sangkap

- 140 gramo 2 x twin Regal 140g Mga sariwang salmon na bahagi
- 1 tasa (mga) caster sugar
- 60 ML toyo
- 60 ML mirin seasoning
- 60 ML mirin seasoning
- 1 pack ng organic udon itim

Mga direksyon

a) I-marinate ang 4 x 140g na piraso ng Fresh Regal salmon, gamit ang caster sugar, toyo, mirin sarsa, paghaluin ng mabuti ang lahat ng 3 sangkap at iwanan sa salmon sa loob ng 30 minuto.

b) Pakuluan ang tubig at idagdag ang organikong udon itim at hayaang kumulo ito ng mabilis sa loob ng 10 minuto.

c) Hiwain ng manipis ang shallots at itabi.

d) Magluto ng mga bahagi ng salmon fillet sa isang kawali sa katamtaman hanggang sa mataas na init sa loob ng 5 minuto pagkatapos ay lumiko mula sa gilid patungo sa gilid, buhos ang anumang karagdagang sarsa.

e) Kapag handa na ang itim na ikalat sa plato, itaas na may salmon

83. Malutong na balat Salmon na may Pagbibihis ng caper

Nagsisilbi ng 4 na tao

Mga sangkap

- 4 Fresh NZ Salmon Fillet 140g na bahagi
- 200 ML Premium na langis ng oliba
- 160 ML White balsamic vinegar
- 2 sibuyas ng bawang dinurog
- 4 tablespoons capers tinadtad
- 4 na kutsarang perehil na tinadtad
- 2 tablespoons dill tinadtad

Mga direksyon

a) Pahiran ang salmon fillet sa 20ml ng olive langis at timplahan ng asin at paminta.

b) Magluto sa mataas na init gamit ang isang non-stick perehil pan sa loob ng 5 minuto, paikutin ang itaas hanggang ibaba at gilid sa gilid.

c) Ilagay ang natitirang mga sangkap sa isang mangkok at palisin, ito ang iyong dressing, kapag ang salmon ay luto na, kutsara ang dressing sa ibabaw ng fillet, balat side up.

d) Ihain kasama ng Pear, walnut, halloumi at rocket salad

84. Salmon Fillet na may Caviar

Nagsisilbi ng 4 na tao

Mga sangkap

- 1 kutsarita ng Asin
- 1 Lime wedges
- 10 Shallots (sibuyas) binalatan
- 2 kutsarang soy langis (dagdag para sa pagsisipilyo)
- 250 gramo ng Cherry Tomatoes na Hinati
- 1 Maliit na Berdeng Sili na hiniwa ng manipis
- 4 na kutsarang Lime Katas
- 3 kutsarang patis
- 1 kutsarang Asukal
- 1 dakot na sanga ng kulantro
- 1 1/2kg Fresh Salmon Fillet s/on b/out
- 1 garapon ng Salmon Roe (Caviar)

- 3/4 Pipino na Binalatan, Hinati sa Halagang Haba, tinanggalan ng binhi at hiniwa ng manipis

Mga direksyon

a) Painitin muna ang hurno sa 200degC, ngunit hiniwang pipino sa isang ceramic bowl, kasama ang asin, itabi sa loob ng 30minuto para maatsara ito.

b) Ilagay ang Shallots sa isang maliit na litson, idagdag ang soy langis, ihalo nang mabuti at ilagay sa oven sa loob ng 30 minuto, hanggang sa sila ay malambot at maayos na kayumanggi.

c) Alisin mula sa oven at itabi upang lumamig, samantala hugasan ang inasnan na pipino, sa ilalim ng maraming malamig na tubig na umaagos, pagkatapos ay pisilin ang tuyo sa mga dakot at ilagay sa isang mangkok.

d) Painitin muna ang oven grill sa sobrang init, hatiin ang mga shallots at idagdag ang mga ito sa pipino.

e) Magdagdag ng mga kamatis, sili, katas ng kalamansi, patis, asukal, mga sanga ng kulantro at sesame langis at haluing mabuti.

f) Tikman - kung kinakailangan ayusin ang matamis, na may asukal at katas ng kalamansi - itabi.

g) Ilagay ang salmon sa may langis na baking paper, i-brush ang salmon sa ibabaw ng soy langis, timplahan ng asin at paminta, ilagay sa ilalim ng grill sa loob ng 10 minuto o hanggang sa maluto at bahagyang kayumanggied.

h) Alisin sa oven, i-slide sa isang platter, iwiwisik ang pinaghalong kamatis at pipino at mga kutsarang puno ng Salmon Roe.

i) Ihain kasama ng Lime Wedges at Kanin

85. Mga inihaw na anchovy na salmon steak

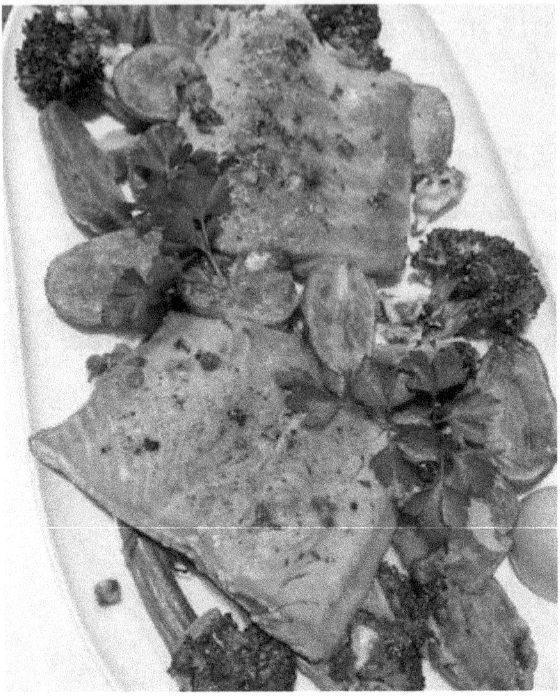

Yield: 4 na servings

sangkap

- 4 Salmon steak
- Perehil sprigs
- Lemon wedges ---anchovy mantikilya-----
- 6 fillet ng bagoong
- 2 kutsarang Gatas
- 6 na kutsarang Mantikilya
- 1 patak ng sarsa ng Tabasco
- Paminta

Mga direksyon

a) Painitin muna ang grill sa mataas na init. Langis ang grill rack at ilagay ang bawat steak upang matiyak ang pantay na init. Maglagay ng maliit na knob ng Anchovy Mantikilya (hatiin ang isang quarter ng mixture sa apat) sa bawat steak. Mag-ihaw ng 4 na minuto.

b) I-on ang mga steak na may hiwa ng isda at ilagay ang isa pang quarter ng mantikilya sa gitna ng mga steak. Mag-ihaw sa pangalawang bahagi ng 4 na minuto. Bawasan ang apoy at hayaang magluto ng karagdagang 3 minuto, mas mababa kung ang mga steak ay manipis.

c) Ihain na may maayos na nakaayos na pat ng anchovy mantikilya sa ibabaw ng bawat steak.

d) Palamutihan ng perehil sprigs at lemon wedges.

e) Anchovy Mantikilya: Ibabad ang lahat ng anchovy fillet sa gatas. Mash sa isang mangkok na may kahoy na kutsara hanggang mag-atas. Pagsamahin ang lahat ng mga sangkap at palamigin.

f) Nagsisilbi 4.

86. BBQ usok-ihaw salmon

Yield: 4 na Servings

sangkap

- 1 kutsarita Grated lime rind
- ¼ tasa katas ng kalamansi
- 1 kutsarang langis ng gulay
- 1 kutsarita ng Dijon mustard
- 1 kurot na Paminta
- 4 na salmon steak, 1-pulgada ang kapal [1-1/2 lb.]
- ⅓tasa toasted sesame seed

Mga direksyon

a) Sa mababaw na ulam, pagsamahin ang balat ng kalamansi at katas, mantika, mustasa at paminta; magdagdag ng isda, lumiliko sa amerikana. Takpan at i-marinate sa temperatura ng kuwarto sa loob ng 30 minuto, paminsan-minsan.

b) Pagreserba ng marinade, alisin ang isda; budburan ng sesame seed. Ilagay sa greased grill nang direkta sa katamtamang init. Magdagdag ng mga basang kahoy na chips.

c) Takpan at lutuin, baligtarin at bastedin ng marinade sa kalahati, sa loob ng 16-20 minuto o hanggang sa madaling matuklap ang isda kapag nasubok gamit ang tinidor.

87. Uling ihaw salmon at itim sitaws

Yield: 4 na servings

sangkap

- ½ libra ng Itim Sitaws; basang-basa
- 1 maliit na sibuyas; tinadtad
- 1 maliit na karot
- ½ Tadyang ng kintsay
- 2 onsa Ham; tinadtad
- 2 Jalapeno Pamintas; stemmed at diced
- 1 siwang Bawang
- 1 Bay Leaf; nakatali kasama ng
- 3 sanga ng Thyme
- 5 tasang Tubig
- 2 siwang Bawang; tinadtad
- ½ kutsarita ng Hot Paminta Flakes
- ½ limon; naka katas
- 1 limon; naka katas
- ⅓tasa ng Olive Langis

- 2 kutsarang sariwang Basil; tinadtad
- 24 ounces Salmon Steak

Mga direksyon

a) Pagsamahin sa isang malaking kasirola ang sitaws, sibuyas, karot, kintsay, ham, jalapenos, buong clove na bawang, bay leaf na may thyme, at tubig. Pakuluan hanggang lumambot ang sitaws, mga 2 oras, magdagdag ng mas maraming tubig kung kinakailangan upang panatilihing natatakpan ang sitaws.

b) Alisin ang carrot, celery, herbs at bawang, at alisan ng tubig ang natitirang cooking liquid. Ihagis ang sitaws na may tinadtad na bawang, mainit na paminta na mga natuklap at katas ng $\frac{1}{2}$ lemon. Itabi.

c) Habang niluluto ang sitaws, pagsamahin ang katas ng isang buong lemon, langis ng oliba, at dahon ng basil. Ibuhos ang mga salmon steak, at palamigin ng 1 oras. I-ihaw ang salmon sa katamtamang apoy sa loob ng 4-5 minuto bawat gilid, basting ng ilan sa marinade bawat minuto. Ihain ang bawat steak na may bahagi ng sitaws.

88. Paputok ihaw Alaskan salmon

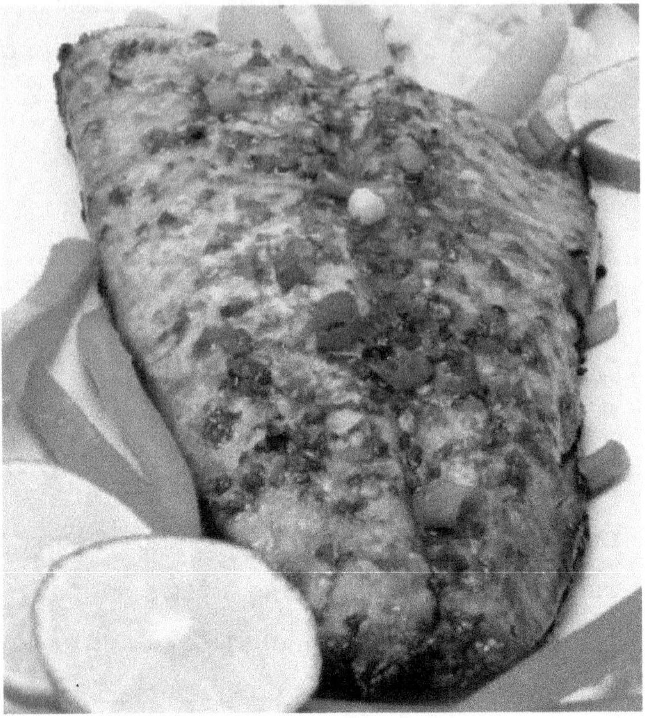

Yield: 4 na Servings

sangkap

- 4 6 oz. mga steak ng salmon
- ¼ tasang peanut langis
- 2 kutsarang toyo
- 2 kutsarang Balsamic vinegar
- 2 kutsarang tinadtad na scallion
- 1½ kutsarita Kayumanggi sugar
- 1 sibuyas na bawang, tinadtad
- ¾ kutsarita Grad sariwang luya ugat
- ½ kutsarita Red chile flakes, o higit pa
- lasa
- ½ kutsarita Sesame langis
- ⅛ kutsarita ng Asin

Mga direksyon

a) Ilagay ang mga salmon steak sa isang glass dish. Paghaluin ang natitirang mga sangkap at ibuhos sa salmon.

b) Takpan ng plastic wrap at i-marinate sa refrigerator sa loob ng 4 hanggang 6 na oras. Painitin ang grill. Alisin ang salmon mula sa pag-atsara, lagyan ng langis ang grill at ilagay ang salmon sa grill.

c) Mag-ihaw sa katamtamang init sa loob ng 10 minuto bawat pulgada ng kapal, sinusukat sa pinakamakapal na bahagi, lumiko sa kalagitnaan ng pagluluto, o hanggang sa matuklap na lang ang isda kapag sinubukan ng isang tinidor.

89. Flash ihaw salmon

Yield: 1 servings

sangkap

- 3 onsa na Salmon
- 1 kutsarang Olive langis
- ½ limon; katas ng
- 1 kutsarita Chives
- 1 kutsarita ng perehil
- 1 kutsarita sariwang giniling na paminta
- 1 kutsarang toyo
- 1 kutsarang Maple syrup
- 4 Mga pula ng itlog
- ¼ pint na stock ng isda
- ¼ pint na puting alak
- 125 mililitro Double Krema
- Chives
- Perehil

Mga direksyon

a) Hatiin ng manipis ang salmon at ilagay sa isang lalagyan ng olive langis, maple syrup, toyo, paminta at lemon katas sa loob ng 10-20 minuto.

b) Sabayon: Paikutin ang mga itlog sa ibabaw ng bain marie. Bawasan ang puting alakat stock ng isda sa isang kawali. Idagdag ang timpla sa mga puti ng itlog at whisk. Magdagdag ng Krema, kumukulo pa rin.

c) Ilagay ang manipis na hiwa ng salmon sa serving plate at ibuhos ang kaunti sa sabayon. Ilagay sa ilalim ng grill para sa 2-3 minuto lamang.

d) Alisin at ihain kaagad na may nakakalat na chives at perehil.

90. Inihaw na salmon at squid ink pasta

Yield: 1 servings

sangkap

- 4 200 g; (7-8oz) piraso ng salmon fillet
- Asin at paminta
- 20 mililitro Langis ng gulay; (3/4oz)
- Langis ng oliba para sa pagprito
- 3 Pinong tinadtad na mga sibuyas ng bawang
- 3 Pinong tinadtad na kamatis
- 1 Pinong tinadtad na spring onion
- pampalasa
- 1 Brokuli

Mga direksyon

a) Pasta: maaari kang bumili ng pusit na tinta sachet mula sa isang mahusay na tindera ng isda ... o gamitin ang iyong paboritong pasta

b) Painitin muna ang oven sa 240øC/475øF/gas mark 9.

c) Timplahan ng asin at paminta ang mga piraso ng salmon fillet. Mag-init ng non-stick perehiling pan, pagkatapos ay magdagdag ng mantika. Ilagay ang salmon sa kawali at igisa sa bawat panig sa loob ng 30 segundo.

d) Ilipat ang isda sa isang baking tray, pagkatapos ay i-ihaw ng 6-8 minuto hanggang sa pumutok ang isda, ngunit medyo pink pa rin sa gitna. Hayaang magpahinga ng 2 minuto.

e) Ilipat ang isda sa mainit-init na mga plato at kutsara ang sarsa.

f) Lutuin ang broccoli kasama ang pasta nang mga 5 minuto.

g) Ibuhos ang kaunting mantika sa kawali, idagdag ang bawang, kamatis at spring onions. Magprito sa mababang init sa loob ng 5 minuto, idagdag ang broccoli sa huling minuto.

91. Salmon na may inihaw na sibuyas

GUMAGAWA NG 8 HANGGANG 10 SERVING

Mga sangkap

- 2 tasang hardwood chips, ibinabad sa tubig
- 1 malaking side farmed Norwegian salmon (mga 3 pounds), inalis ang pin bones
- 3 tasang Smoking Brine, gawa sa vodka
- $\frac{3}{4}$cup Smoking Rub
- 1 kutsarang pinatuyong dill weed
- 1 kutsarita ng sibuyas na pulbos
- 2 malalaking pulang sibuyas, gupitin sa mga bilog na makapal na pulgada
- $\frac{3}{4}$cup extra-virgin olive langis 1 bungkos ng sariwang dill
- Pinong gadgad na sarap ng 1 lemon 1 sibuyas ng bawang, tinadtad
- Coarse salt at ground itim paminta

Mga direksyon

a) Ilagay ang salmon sa isang jumbo (2-gallon) na zipper-lock na bag. Kung mayroon ka lamang 1-gallon na bag, hatiin ang isda sa kalahati at gumamit ng dalawang bag. Idagdag ang brine sa (mga) bag, pindutin ang hangin, at i-seal. Palamigin ng 3 hanggang 4 na oras.

b) Paghaluin ang lahat maliban sa 1 kutsara ng kuskusin na may pinatuyong dill at pulbos ng sibuyas at itabi. Ibabad ang mga hiwa ng sibuyas sa tubig ng yelo. Mag-init ng grill para sa hindi direktang mababang init, mga 225iF, na may usok. Alisan ng tubig ang mga wood chips at idagdag ang mga ito sa grill.

c) Alisin ang salmon mula sa brine at patuyuin ng mga tuwalya ng papel. Itapon ang brine. Pahiran ang isda ng 1 kutsarang mantika at iwiwisik ang matabang bahagi ng kuskusin na may tuyong dill.

d) Iangat ang mga sibuyas mula sa tubig ng yelo at patuyuin. Pahiran ng 1 kutsara ng mantika at iwiwisik ang natitirang 1 kutsarang kuskusin. Itabi ang isda at sibuyas para magpahinga ng 15 minuto.

e) I-brush ang grill grate at kuskusin ng langis. Ilagay ang salmon, flesh-side down, direkta sa apoy at ihaw sa loob ng 5 minuto hanggang sa maging golden kayumanggi ang ibabaw. Gamit ang isang malaking fish spatula o dalawang regular na spatula, paikutin ang balat ng isda pababa at ilagay sa grill grate palayo sa apoy. Ilagay ang mga hiwa ng sibuyas nang direkta sa apoy.

f) Isara ang grill at lutuin hanggang sa matigas ang salmon sa labas, ngunit hindi tuyo, at nababanat sa gitna, mga 25 minuto. Kapag tapos na, ang moisture ay lalabas sa ibabaw kapag ang isda ay dahan-dahang pinindot. Hindi ito dapat ganap na matuklap sa ilalim ng presyon.

g) I-on ang mga sibuyas nang isang beses sa oras ng pagluluto.

92. Cedar plank salmon

Naghahain: 6

Mga sangkap

- 1 untreated cedar plank (mga 14" x 17" x 1/2")
- 1/2 tasa Italian dressing
- 1/4 tasa tinadtad na araw-tuyong kamatis
- 1/4 tasa tinadtad na sariwang basil
- 1 (2-pound) salmon fillet (1-pulgada ang kapal), inalis ang balat

Mga direksyon

a) Ilubog nang buo ang cedar plank sa tubig, lagyan ng timbang sa itaas upang mapanatili itong ganap na sakop. Ibabad ng hindi bababa sa 1 oras.
b) Painitin muna ang grill sa medium-mataas na init.
c) Sa isang maliit na mangkok, pagsamahin ang dressing, araw-pinatuyong mga kamatis, at basil; itabi.
d) Alisin ang tabla sa tubig. Ilagay ang salmon sa tabla; ilagay sa grill at isara ang takip. Mag-ihaw ng 10 minuto pagkatapos ay i-brush ang salmon na may dressing mixture. Isara ang takip at mag-ihaw ng 10 minuto pa, o hanggang madaling matuklap ang salmon gamit ang isang tinidor.

93. Pinausukang bawang na salmon

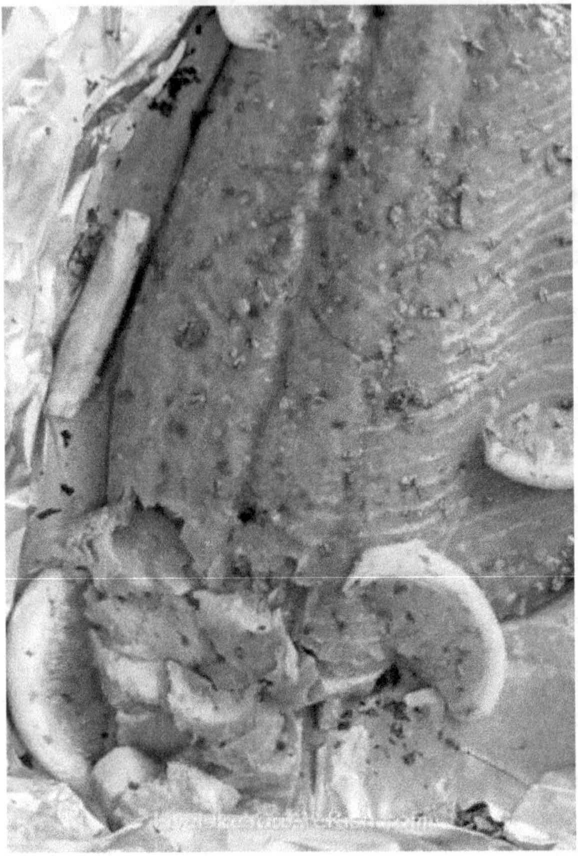

Nagsisilbi 4

Mga sangkap

- 1 1/2 lbs. fillet ng salmon
- asin at paminta sa panlasa 3 cloves ng bawang, tinadtad
- 1 sprig sariwang dill, tinadtad 5 hiwa ng lemon
- 5 sprigs sariwang dill weed
- 2 berdeng sibuyas, tinadtad

Mga direksyon

a) Ihanda ang naninigarilyo sa 250° F.
b) Pagwilig ng dalawang malalaking piraso ng aluminum flangis na may cooking spray.
c) Ilagay ang salmon fillet sa ibabaw ng isang piraso ng flangis. Budburan ang salmon na may asin, paminta, bawang at tinadtad na dill. Ayusin ang mga hiwa ng lemon sa ibabaw ng fillet at ilagay ang isang sprig ng dill sa ibabaw ng bawat hiwa ng lemon. Budburan ang fillet na may berdeng mga sibuyas.
d) Usok ng halos 45 minuto.

94. Inihaw na Salmon na may Mga Sariwang Milokoton

Servings: 6 servings

Mga sangkap

- 6 na fillet ng salmon, 1-pulgada ang kapal
- 1 malaking lata na hiniwang peach, light syrup variety
- 2 kutsarang puting asukal
- 2 kutsarang light soy sarsa
- 2 kutsarang Dijon mustard
- 2 kutsarang unsalted mantikilya
- 1 1-pulgadang sariwang ginger knob, gadgad
- 1 kutsarang olive langis, extra virgin variety
- Asin at paminta para lumasa
- Bagong tinadtad na cilantro

Direksyon:

a) Alisan ng tubig ang hiniwang mga milokoton at magreserba sa paligid ng 2 Kutsara ng light syrup. Gupitin ang mga peach sa mga piraso na kasing laki ng kagat.

b) Ilagay ang mga fillet ng salmon sa isang malaking baking dish.

c) Sa isang katamtamang kasirola, idagdag ang nakareserbang peach syrup, puting asukal, toyo, Dijon mustard, mantikilya, langis ng oliba at luya. Ipagpatuloy ang paghahalo sa mahinang apoy hanggang sa medyo lumapot ang timpla. Magdagdag ng asin at paminta ayon sa panlasa.

d) Patayin ang apoy at ikalat ang ilan sa pinaghalong sa mga fillet ng salmon sa pamamagitan ng paggamit ng isang basting brush.

e) Idagdag ang hiniwang mga milokoton sa kasirola at balutin nang lubusan ang glaze. Ibuhos ang glazed peach sa salmon at ikalat nang pantay-pantay.

f) Maghurno ng salmon sa loob ng 10-15 minuto sa 420F. Pagmasdan nang mabuti ang salmon upang hindi masunog ang ulam.

g) Budburan ang ilang sariwang tinadtad na cilantro bago ihain.

95. Pinausukang Salmon at Krema keso sa Toast

Servings: 5 servings

Mga sangkap

- 8 French baguette o rye bread slices
- $\frac{1}{2}$ tasa ng Krema keso, pinalambot
- 2 kutsarang puting sibuyas, hiniwa nang manipis
- 1 tasang pinausukang salmon, hiniwa
- $\frac{1}{4}$ cup mantikilya, unsalted variety
- $\frac{1}{2}$ kutsarita ng Italian seasoning
- Mga dahon ng dill, makinis na tinadtad
- Asin at paminta para lumasa

Direksyon:

a) Sa isang maliit na kawali, matunaw ang mantikilya at unti-unting magdagdag ng Italian seasoning. Ikalat ang timpla sa mga hiwa ng tinapay.

b) I-toast ang mga ito sa loob ng ilang minuto sa pamamagitan ng paggamit ng bread toaster.

c) Ikalat ang ilang Krema keso sa toasted bread. Pagkatapos ay itaas na may pinausukang salmon at manipis na hiwa ng pulang sibuyas. Ulitin ang proseso hanggang magamit ang lahat ng toasted bread slices.

d) Ilipat sa isang serving platter at palamutihan ng pinong tinadtad na dahon ng dill sa itaas.

96. Gingery ihaw salmon salad

Yield: 4 na Servings

Mga sangkap

- $\frac{1}{4}$ tasa na walang taba na plain yogurt
- 2 kutsara Pinong tinadtad na sariwang luya
- 2 cloves ng bawang, pinong tinadtad
- 2 kutsarang sariwang katas ng kalamansi
- 1 kutsarang sariwang gadgad na lime zest
- 1 kutsarang Matamis
- 1 kutsarang langis ng Canola
- $\frac{1}{2}$ kutsarita ng Asin
- $\frac{1}{2}$ kutsarita sariwang giniling na itim na paminta
- $1\frac{1}{4}$ pounds Salmon fillet, 1-pulgada ang kapal, hiwa sa 4 na piraso, nakadikit sa balat, inalis ang pin bones
- Tubig cress at Adobo na Ginger Salad
- Lime wedges para sa dekorasyon

Direksyon:

a) Sa isang maliit na mangkok, haluin ang yogurt, luya, bawang, katas ng dayap, kalamansi, pulot, mantika, asin at paminta.

b) Ilagay ang salmon sa isang mababaw na ulam na salamin at ibuhos ang marinade sa ibabaw nito, i-coat ang salmon sa lahat ng panig. Takpan at i-marinate sa refrigerator sa loob ng 20 hanggang 30 minuto, paikutin nang isa o dalawang beses.

c) Samantala, maghanda ng uling na apoy o magpainit ng gas grill. (Huwag gumamit ng grill pan; dumikit ang salmon.) 3. Gamit ang mahabang hawakan na barbecue brush, balutin ng mantika ang grill rack.

d) Ilagay ang salmon, sa ibabaw ng balat, sa grill. Magluto ng 5 minuto. Gamit ang 2 metal spatula, maingat na iikot ang mga piraso ng salmon at lutuin hanggang sa malabo sa gitna, 4 hanggang 6 na minuto pa. Gamit ang 2 spatula, alisin ang salmon mula sa grill. Tanggalin ang balat.

e) Ihagis ang tubig cress salad na may dressing at hatiin sa 4 na plato. Itaas na may isang piraso ng inihaw na salmon. Palamutihan ng lime wedges. Ihain kaagad.

97. Inihaw na salmon na may salad ng haras

Magbubunga: 2 servings

sangkap

- 2 140 g salmon fillet
- 1 bombilya haras; hiniwa ng pino
- ½ peras; hiniwa ng pino
- Ilang piraso ng walnuts
- 1 kurot Dinurog na buto ng cardamom
- 1 Orange; naka-segment, katas
- 1 bungkos ng kulantro; tinadtad
- 50 gramo Light fromage frais
- 1 Pinches powdered cinnamon
- Flaked rock salt at ground itim paminta

Direksyon:

a) Timplahan ng asin at paminta ang salmon at ihaw sa ilalim ng grill.

b) Paghaluin ang peras sa haras at timplahan ng maraming itim paminta, cardamom at walnuts.

c) Haluin ang orange katas at zest sa fromage frais at magdagdag ng kaunting cinnamon. Maglagay ng isang tumpok ng haras sa gitna ng plato at itali ang salmon sa itaas. Palamutihan ang labas ng plato na may orange na mga segment at ambon ng orange fromage frais.

d) Binabawasan ng haras ang mga epekto ng lason ng alkohol sa katawan, at ito ay isang mahusay na digestive.

98. Inihaw na salmon na may patatas at tubig cress

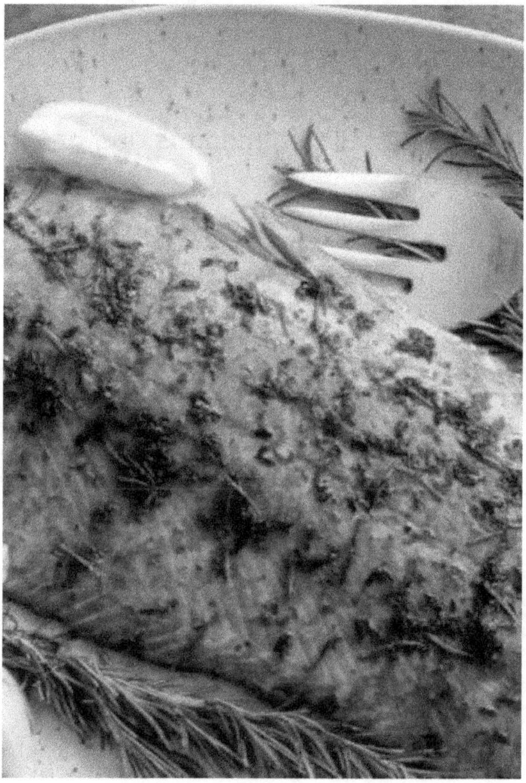

Yield: 6 Servings

sangkap

- 3 libra Maliit na pula na manipis ang balat
- Patatas
- 1 tasa Manipis na hiniwang pulang sibuyas
- 1 tasang tinimplahan na suka ng bigas
- Mga 1/2-pound tubig cress
- Binanlawan at pinirito
- 1 Salmon fillet, mga 2 lbs.
- 1 kutsarang toyo
- 1 kutsarang Matatag na nakaimpake na kayumanggi sugar
- 2 tasang Alder o mesquite wood chips
- Nakababad sa tubig
- asin

Direksyon:

a) Sa isang 5-to 6-quart na kawali, magdala ng humigit-kumulang 2 quarts ng tubig sa isang pigsa sa mataas na init; magdagdag ng patatas. Takpan at kumulo sa mahinang apoy hanggang malambot ang patatas kapag nabutas, 15 hanggang 20 minuto. Patuyuin at palamigin.

b) Ibabad ang mga sibuyas ng mga 15 minuto sa malamig na tubig upang masakop. Patuyuin at ihalo ang mga sibuyas sa suka ng bigas. Gupitin ang patatas sa quarters; idagdag sa sibuyas.

c) Gupitin ang malambot na mga sanga ng tubig cress mula sa mga tangkay, pagkatapos ay tadtarin ng pino ang mga tangkay ng kurso upang makagawa ng $\frac{1}{2}$ tasa (itapon ang mga extra o itabi para sa iba pang gamit). Paghaluin ang mga tinadtad na tangkay sa isang malaking oval na platter na may salad ng patatas sa tabi; takpan at panatilihing malamig. Banlawan ang salmon at patuyuin. Ilagay, ibaba ang balat, sa isang piraso ng mabigat na flangis. Gupitin ang flangis upang sundin ang mga balangkas ng isda, na nag-iiwan ng 1-pulgadang hangganan.

d) I-crimp ang mga gilid ng flangis upang magkasya sa gilid ng isda. Paghaluin ang toyo na may kayumanggi sugar at i-brush ang salmon fillet.

e) Ilagay ang isda sa gitna ng grill, hindi sa ibabaw ng uling o apoy. Takpan ang barbecue (buksan ang mga lagusan para sa uling) at lutuin hanggang sa ang isda ay bahagya nang malabo sa pinakamakapal na bahagi (gupitin upang subukan), 15 hanggang 20 minuto. Ilipat ang isda sa pinggan na may salad. Magdagdag ng asin ayon sa panlasa. Ihain mainit o malamig.

ISDANG ESPADA

99. Mandarin sesame isdang espada

Nagsisilbi: 4

sangkap

- 1/2 tasa sariwang orange katas
- 2 kutsarang toyo
- 2 kutsarita ng sesame langis
- 2 kutsarang gadgad na sariwang gingerroot
- 4 (6-onsa) mga isdang espada steak
- 1 (11-onsa) maaari mandarin dalandan, pinatuyo
- 1 kutsarang sesame seeds, toasted

Mga direksyon

a) Sa isang malaking resealable plastic storage bag, pagsamahin ang orange katas, toyo, sesame langis, at luya; magdagdag ng isda, seal bag, at i-marinate sa refrigerator sa loob ng 30 minuto. Alisin ang isda sa marinade, magreserba ng marinade.

b) Painitin muna ang grill sa medium-mataas na init.

c) Ilagay ang isda sa isang langised grill rack. Mag-ihaw ng isda 6 hanggang 7 minuto bawat gilid, o hanggang sa madaling matuklap gamit ang isang tinidor.

d) Samantala, ilagay ang nakareserbang marinade sa isang kasirola at pakuluan sa mataas na apoy. Hayaang kumulo hanggang sa mabawasan at lumapot. Magdagdag ng mandarin oranges at ibuhos sa isdang espada.

e) Budburan ng sesame seeds at ihain.

100. Maanghang na isdang espada steak

sangkap

- 4 (4 oz.) Isdang espada steak
- 1/4 kutsarita ng Cayenne, thyme, at oregano
- 2 Kutsarang Paprika
- 2 Kutsarang Margarine o mantikilya (natunaw)
- 1/2 kutsarita Asin, paminta, sibuyas, at pulbos ng bawang

Mga direksyon

a) Para sa pampagana, gupitin ang mga isdang espada steak sa maliliit na piraso. Para sa isang pagkain, iwanang buo ang mga isdang espada steak. Paghaluin ang lahat ng mga panahon. Isawsaw ang isda sa tinunaw na mantikilya. Pahiran ng pampalasa ang magkabilang panig. Ilagay sa grill.

b) Magluto ng humigit-kumulang 4 na minuto; paikutin, at lutuin ng humigit-kumulang 4 na minuto pa o hanggang ang isda ay matigas at patumpik-tumpik. Gumagawa ng 4 na servings.

KONGKLUSYON

Ang pagkaing-dagat ay isa sa mataas na ipinagpalit na pagkain na nagbibigay ng mahahalagang lokal na pagkain at may malaking bahagi sa ekonomiya ng maraming bansa. Ang finfish at molusko ay dalawang pangunahing klase ng isda na kinabibilangan ng puting isda, isda na mayaman sa langis, mollusc at crustacean.

Ang pagkaing-dagat ay itinuturing na isang mahusay na mapagkukunan ng iba't ibang mga nutritional compound tulad ng mga protina, malusog na taba (polyunsaturated fatty acids lalo na ang omega-3 at omega-6), yodo, bitamina D, calcium atbp. at ang mga compound na ito ay nagkakaroon ng mga pang-iwas na epekto sa maraming mga sakit sa puso at mga autoimmune disorder.

www.ingramcontent.com/pod-product-compliance
Lightning Source LLC
LaVergne TN
LVHW011253061026
849535LV00005B/1242
9781835830192